Wikang Filipino I
基础菲律宾语

第一册

吴杰伟 史阳 编著
咸杰 审订

北京大学出版社
PEKING UNIVERSITY PRESS

图书在版编目(CIP)数据

基础菲律宾语. 第一册 / 吴杰伟, 史阳编著. —北京：北京大学出版社, 2017.8
（新丝路·语言）
ISBN 978-7-301-28521-3

Ⅰ.①基… Ⅱ.①吴…②史… Ⅲ.①菲律宾语—教材 Ⅳ.①H631.7

中国版本图书馆 CIP 数据核字(2017)第 168723 号

书　　名	基础菲律宾语（第一册）	
	JICHU FEILÜBINYU (DI-YI CE)	
著作责任者	吴杰伟　史　阳　编著	
责任编辑	兰　婷	
标准书号	ISBN 978-7-301-28521-3	
出版发行	北京大学出版社	
地　　址	北京市海淀区成府路 205 号　100871	
网　　址	http://www.pup.cn　新浪微博：@北京大学出版社	
电子信箱	bdhnn2011@126.com	
电　　话	邮购部 010-62752015　发行部 010-62750672　编辑部 010-62754382	
印刷者	三河市博文印刷有限公司	
经销者	新华书店	
	650 毫米 × 980 毫米　16 开本　12.25 印张　230 千字	
	2017 年 8 月第 1 版　2020 年 8 月第 2 次印刷	
定　　价	37.00 元	

未经许可，不得以任何方式复制或抄袭本书之部分或全部内容。
版权所有，侵权必究
举报电话：010-62752024　电子信箱：fd@pup.pku.edu.cn
图书如有印装质量问题，请与出版部联系，电话：010-62756370

前　言

北京大学菲律宾语言文化专业创办于1985年。在多年的教学实践中，我们主要使用菲律宾的语言材料作为授课材料，强调菲律宾语的标准化和实用性，其不足之处在于无法针对中国学生的特点进行讲解。在参考国外教材的基础上，我们编写了这套针对中国学生的"基础菲律宾语"系列教材。在编写这套教材的过程中，我们参考了国外教材的特点，并通过教学实践补充相关的语言材料。

这套教材共分3册，主要教学对象是高等教育菲律宾语专业低年级的学生，一般在3至4个学期内完成教学内容。

《基础菲律宾语》第一册主要包括菲律宾语概况、语音和课文三部分。菲律宾语概况主要介绍菲律宾语的发展过程，使学生对菲律宾语的总体特点有所了解。语音部分共有5课，按照由浅入深、难点分散的原则编写，每课主要包括发音部位讲解、发音难点分析、发音练习、语音辨析等部分组成。从第六课到第十五课是课文部分，以对话和短文为主，包括课文、注释、语法、练习和阅读，其中的语法部分既和课文相联系，又具有独立的系统性。第一册共15课，以每周授课10课时左右计算，前5课大约需要3—4周时间，后10课大约需要10—12周时间。根据菲律宾语词汇构成的特点，第一册教材要求掌握的单词大约为1000个，除了课文单词表中出现的单词，一些课后注解或语法解释中的常用词，也在学习要求之内。各个学校可根据实际情况调整教学进度。

《基础菲律宾语》第二册以课文和对话为主，课文部分主要介绍菲律宾的基本国情和历史文化，让学生掌握菲律宾语语法规则的同时进一步了解菲律宾；对话部分则帮助学生加强实境下的口语交流技能，在介绍常用句型的同时逐步扩充词汇量。除课文和对话外，每课还包括词汇、注释、语法、练习和课后阅读。其中注释部分与课文及对话中出现的重点单词、短语和句型紧密相连，用例句的形式帮助学生更好地掌握这些重点内容的变化形式及使用方法。语法部分既与课文相关，又具有独立性，逐步深入，广泛地介绍菲律宾语主要的语法现象。练习部分和课文、注释、语法介绍直接相关，通过练习能更全面地梳理每课的重点。课后阅读作为泛读材料使用，以期达到扩大阅读量，提升学生阅读速度的效果。第二册教程共15课，每周授课10课时左右，每课大约需要1周时间，完成本册学习共需要15—17周。第二册教材要求掌握的单词量大约为2000个。各个学校可根据实际情况调整教学进度。

《基础菲律宾语》第三册以课文为主，这些课文分主题介绍了菲律宾的历史、地理、社会、文化、宗教信仰、价值观等，在帮助学生系统而深入地学习菲律宾语的同时，也能使其对菲律宾的社会文化状况有基本了解。每课由课文、对话、词汇、练习、阅读等部分组成，基本上全部用菲律宾语表述，旨在通过较大的阅读量，更多、更深入地掌握词汇、短语、句型和习惯表达，从而达到语言能力的全面提高。本册教程每周授课10—12课时左右，第三册课文一般需要15—17周学习。除了深入学习和掌握课文和对话中出现的词汇和短语，课后阅读部分的短文是对课文的有益补充，也要求通过泛读式的学习来掌握。第三册教材要求掌握的单词量大约为2000个。各个学校可根据实际情况调整教学进度。

我们非常感谢北京大学国家外语非通用语本科人才培养基地、外国语学院对本套教材编写、出版的大力资助。由于时间仓促，编者能力有限，书中的疏漏之处，望广大使用者批评指正。

编者

2017年7月

目 录

第一课　菲律宾语概况……………………………………… 1
Aralin 1　Pagpapakilala ng Wikang Filipino

第二课　字母的发音………………………………………… 10
Aralin 2　Bigkas ng Patinig at Katinig

第三课　辅音 B P D T ……………………………………… 18
Aralin 3　Bigkas ng B P D T

第四课　辅音 K G L R ……………………………………… 21
Aralin 4　Bigkas ng K G L R

第五课　重音和音节划分…………………………………… 26
Aralin 5　Diin at Pantig

第六课　问候和自我介绍…………………………………… 31
Aralin 6　Pagbati at Pagpapakilala

第七课　我的家庭…………………………………………… 41
Aralin 7　Ang Pamilya Ko

第八课　拜访朋友…………………………………………… 58
Aralin 8　Pagdalaw sa Kaibigan

第九课　在商店里 ·· 70
Aralin 9　Sa Tindahan

第十课　在饭店里 ·· 89
Aralin 10　Sa Restawran

第十一课　如何学习外语 ·· 105
Aralin 11　Ang Pag-aaral ng Wikang Banyaga

第十二课　开学的第一天 ·· 123
Aralin 12　Unang Araw ng Pasukan

第十三课　地图与方向 ·· 141
Aralin 13　Ang Mapa at ang mga Direksyon

第十四课　地形 ·· 158
Aralin 14　Ang Anyong Lupa

第十五课　榴莲的传说 ·· 175
Aralin 15　Ang Alamat ng Durian

参考文献 ·· 186

后记 ·· 188

第一课 菲律宾语概况
Aralin 1　Pagpapakilala ng Wikang Filipino

菲律宾全称是菲律宾共和国（Republic of the Philippines），位于亚洲东南部，北隔巴士海峡与中国台湾省相对；南面和西南面隔苏拉威西海、苏禄海、巴拉巴克海峡与印度尼西亚、马来西亚相望；西濒中国南海；东临太平洋。菲律宾是中国的近邻，中菲两国之间有着悠久的政治、经济和文化交往，1975年中菲两国建交，中菲的传统友谊得到了进一步发展。

菲律宾国土面积约30万平方公里，由七千多个岛屿构成①，其中最主要的岛屿是吕宋岛（Luzon）、比萨扬群岛（Visayas）、棉兰老岛（Mindanao）和巴拉望群岛（Palawan）。菲律宾是典型的群岛国家，最大的岛屿为吕宋岛，总面积为10.47万平方公里。由于岛屿之间互相间隔，16世纪以前，在交通工具不发达的情况下，各个岛屿之间的交流甚少，海上贸易是沟通各个岛屿之间的最主要手段，当时菲律宾群岛除了巴郎盖（Barangay）社会组织外②，没有形成统一的国家。

在这样特定的历史条件下，菲律宾产生了众多的语言和方言。

---

① 虽然菲律宾岛屿众多，可是其中大部分岛屿没有名字，绝大多数岛屿没有人居住。
② 源于马来语，原意为"帆船"。早期的马来移民在乘船到达菲律宾以后，为了纪念航行的日子和崇拜把他们运到菲律宾的帆船，就把"Barangay"作为大居民点的名称。有的也译作"巴郎圭"或"巴郎加"。西方学者译成"Village Kingdom"即"乡村之国"。

根据不同的划分标准，菲律宾的语言大约有120—175种语言或方言。根据菲律宾语言委员会2014年的统计数据，菲律宾有135种语言或方言。大多数语言属于马来波利尼西亚语系，其中使用人数较多的语言有：

语言	使用人数（2000年）	备注
他加禄语（Tagalog）	26 387 855	2800万（2007年）
宿务语（Cebuano）	21 340 000	2100万（2007年）
伊洛哥语（Ilocano）	7 779 000	910万（2015年）
希利盖农语（Hiligaynon）	7 000 979	930万（2010年）
瓦瑞瓦瑞语（Waray-Waray）	3 100 000	340万（2015年）
邦板牙语（Kapampangan）	2 900 000	
比科（米骨）语（Bikol）	2 500 000	
班嘉诗兰语（Pangasinan）	2 434 086	120万（1990年）
马拉瑙语（Maranao）	2 150 000	78万（1990年）
马巾达瑙语（Maguindanao）	1 800 000	
基纳瑞阿语（Kinaray-a）	1 051 000	38万（1994年）
陶苏语（Tausug）	1 822 000	110万（2000年）

历史上菲律宾曾经是西班牙和美国的殖民地。在西班牙殖民统治期间，西班牙语主要作为官方文件的书写语言和上层社会的社交语言，并没有在菲律宾大规模使用。在美国统治期间，英语作为殖民政府的官方语言和菲律宾学校的教学语言，从而在不到50年的时间，英语在菲律宾社会得到了广泛传播，并成为菲律宾的官方语言之一，对菲律宾社会、经济、文化等方面的发展产生了重要的影响。

第一课　菲律宾语概况
Aralin 1　Pagpapakilala ng Wikang Filipino

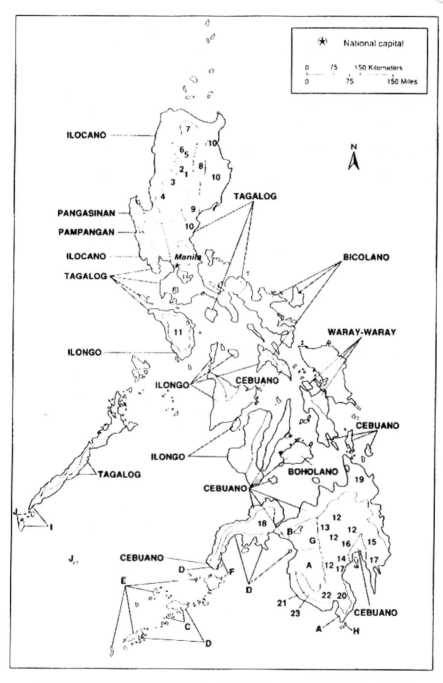

本图为各个语言的分布情况，从地图中可以看到菲律宾是由许多岛屿组成的，国土的分布特点是破碎而分散。

基础菲律宾语（第一册）

在1898年独立战争之后，菲律宾政府就开始考虑建立一个全国通用的语言，在破石洞（Biak na Bato）共和国宪法和菲律宾共和国宪法中就明确规定，他加禄语（菲律宾语）是菲律宾的官方语言。20世纪20年代，菲律宾语言学研究院（Academy of Philippine Linguistics）建议"以他加禄语语法为基础，吸收所有广泛使用的语言的词汇，在菲律宾建立一种被广泛掌握和使用的语言"。1935年宪法规定，在现有语言的基础上，在菲律宾发展并使用一种统一的语言。1937年，根据第184号联邦法案，菲律宾政府成立国语研究中心（Institute of National Language，简称INL）。同年，菲律宾国会推荐他加禄语作为菲律宾的国语的基础方言，主要因为：他加禄语在菲律宾广泛使用；他加禄语拥有丰富的文学成果；他加禄语是首都马尼拉使用的语言，是民族独立运动（卡蒂普南运动，Katipunan）的主要语言载体。1937年12月30日，奎松总统（Manuel Luis Quezon）宣布将以他加禄语为基础建立菲律宾的国语。1938年6月18日，菲律宾国会建立一个研究机构来准备他加禄语的字典和语法教材，1949年，这些字典和语法教材开始在学校中使用。①

1946年，菲律宾从美国殖民统治下获得独立。随着民族主义情绪高涨，新政府大力推广他加禄语，也有一部分学者要求基础教育阶段用菲律宾语作为教学用语、废除英语作为教学媒介。但由于英语的影响根深蒂固，他加禄语的根基相对薄弱，在殖民影响仍然深刻的背景下，完全废除英语、独树他加禄语的设想难以施行。为缓解这一矛盾，菲律宾当局成立了"双语教育"委员会，规划双语教育的实施。1957年，教育委员会（Board of National Education）颁布《菲律宾教育修订计划》，规定英语为一门课程而不是教学用语，

---

① Philippine National Centennial Commission, *100 events: that shaped the Philippines*, Quezon: National Centennial Commission and Adarna Book Services, 1999, pp. 326-327.

第一课　菲律宾语概况

Aralin 1　Pagpapakilala ng Wikang Filipino

多种语言（英语、西班牙语、菲律宾语和民族语言等）共同参与教学活动，多种语言都作为课程内容。

　　1959年，菲律宾教育部将以他加禄语为基础的国语叫做"Pilipino"。1970年，菲律宾全国教育委员会决定逐步推广菲律宾语作为小学的媒介语言，并从1974—1975年入学的一年级学生开始实行，而后每年增加一个年级。1973年宪法规定国会应该努力发展和采用统一的语言，即菲律宾语"Filipino"，这是Filipino第一次成为菲律宾国语的称呼，并沿用至今。1973年8月7日，全国教育委员规定可以使用两种语言（菲律宾语和英语）作为教学媒介。

　　1987年，阿基诺（Corazon）总统颁布117号总统令，成立菲律宾语言研究中心（Institute of Philippine Languages，简称IPL），取代国语研究中心。1991年，阿基诺总统签署7104号共和国法，成立菲律宾语言委员会，简称CFL（Commission of the Filipino Language）。菲律宾语言委员会具有以下几方面的功能：（1）通过制定政策和计划来发展、丰富、扩展和保存菲律宾语及其他菲律宾的语言；（2）颁布各种规章制度和法令来具体实施政策和计划；（3）承担或联合承担各种促进规范和发展菲律宾语言的研究工作；（4）对所有的官方交流、出版、教科书以及其他的阅读和教学材料的语法形式和表达方式进行规范；（5）设立奖项来鼓励和发展以菲律宾语和其他菲律宾语言为创作语言的出版工作；（6）发展翻译工作。菲律宾语言委员会由11名委员组成，设主席1人。委员会必须有来自他加禄语、宿务语、伊洛哥语、希列盖农语和棉兰老语的代表。

菲律宾古代语言文字的特点

　　菲律宾语言文字的发展变化和菲律宾社会的发展有着密不可分的关系。古代菲律宾人使用树皮、芭蕉叶等作为书写的载体，

由于菲律宾地处热带，气候高温潮湿，这些文字材料难以长期保存。同时，西班牙殖民者在统治菲律宾初期，天主教的传教士将这些文字材料视为"魔鬼的著作"，大量销毁菲律宾的文字材料。因此，现在所能找到的菲律宾古代的文字资料很少，考古发现得到最早的书写实物是在八打雁省（Batangas）加拉沓彦村（Calatagan）一处15世纪墓葬遗址里的一个陶罐，在罐口有39个字母（如图所示），可惜至今无人能够解读。①

古代菲律宾的字母叫做巴伊巴因（Baybayin）②，这种字母表由17个字母组成，包括3个元音和14个辅音。其中，元音是a、e（或i）和o（或u），辅音是b、d、g、h、k、l、m、n、ng、p、s、t、w和y。古代菲律宾语的写法几乎全部失传，只有民都洛（Mindoro）的芒扬人（Mangyan）和巴拉望的塔格巴瓦人（Tagbanwa）还在使用这种字母进行书写。③西班牙殖民者侵占菲律宾后发现，"这些岛上的人天生就会读和写。"这些夸张的描述使西班牙人感到无比的惊奇：在没有正式的抄写员、档案馆、图书馆的情况下，菲律宾人就会读和写。进一步的研究发现，他们的读和写都是不正确的，在1599年5月，签署和约的8个伊洛哥族（Ilocano）的首领中，只有一个人能够签上自己的名字，在邦板牙的11个首领中，也只有

---

① 金应熙主编，《菲律宾史》，郑州：河南大学出版社，1990年，第41页。
Philippine National Centennial Commission, *100 events: that shaped the Philippines*, Quezon: National Centennial Commission and Adarna Book Services, 1999, p. 62.

② 菲律宾语的音译，原意为拼写、书写的意思。

③ 〔菲律宾〕格雷戈里奥·F·赛义德著，吴世昌译，《菲律宾共和国——历史、政治与文明》，北京：商务印书馆，1979年，第81页。

第一课 菲律宾语概况
Aralin 1　Pagpapakilala ng Wikang Filipino

一个。在同年的公民表决中，155个首领不会签名。①

　　巴伊巴因的读写规则非常有趣。所有这些字母如果没有加任何标点，则都作这些辅音字母与元音 a 组成的音节，如：Ba、Da等；如果在这些字母的下面加上标点，则读成这些辅音字母与o或u组成的音节的读音，如：Bo、Bu、Do、Du等；如果在这些字母的上面加上标点，则读成这些字母与i或e组成的音节的读音，如：Bi、Be、Di、De等。所有音节在书写的时候都没有元音，除非两个元音在一起或是音节以元音开头。由于这些古菲律宾语字母都带有一个元音音节，这些字母都不能用于音节的结尾，一些以辅音结尾的音节在书写时辅音是不出现的，所以就造成了令人困惑的地方，例如：Batay和Bata在读的时候是不同的，但在书写的时候却是一样的，于是，要理解字母所代表的单词就需要结合上下文的意思。如此看来，与其说菲律宾人在读所写的材料，还不如说他们在猜所写的材料。为了阅读时的方便和明确，他们在每个单词的后边加上"||"来区分不同的单词。②（如图所示）

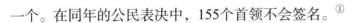

　　在17世纪初期，至少有3本书使用了这种他加禄语字母：1610年，布朗卡斯·德·圣何塞（Blancas de San Jose）在《艺术与规则》（*Arte y Reglas*）中使用了这些字母来显示音节之间分隔的规则；1613年，圣布奈尔温措（San Buenaventura）在他出版的字典的每个字母部分的开头加上了适当的他加禄语字母；1621年，弗兰西斯科·罗培斯（Francisco Lopez）用他加禄语的字母形式出版了《伊洛哥语教义》（*Ilocano Doctrina*）。1841年，西班牙旅行家西尼巴

---

① William Henry Scott, *Barangay—Sixteenth-Century Philippine Culture and Society*, Quezon: Ateneo de Manila University Press, 1995, p. 210.

② Ibid., p. 215.

托·德·马斯（Sinibaldo de Mas）从班嘉施兰（Pangasinan）、邦板牙（Pampanga）、汤多（Tondo）和布拉干（Bulacan）等地收集到5个字母表的文本和一个伊洛哥（Ilocano）文字的文本，尽管它们没有在任何的文件中使用，但它们被普遍认为是菲律宾各地正在消失的古文字。

菲律宾语拉丁字母化的书写体系能够得到广泛的推广，除了传教士的努力以外，还有一个重要的原因是西班牙教会创建和控制着菲律宾群岛上的文化教育机构。黎牙实比（Miguel Lopez de Legaspi）占领宿务岛后，奥古斯丁会就创办了第一所小学，1598年，奥古斯丁会决定在所有的城镇普及小学教育。这些小学由传教士担任教师，教菲律宾孩子西班牙语和天主教教义。1589年耶稣会在马尼拉开设了圣伊格纳肖学院（College of San Ignacio），是当时菲律宾群岛上唯一的中等学校，1621年升格为大学。1611年多明我会创办了"圣托马斯"（College of Santo Tomas）学院，1645年成为大学。①这些教育机构的设立是为了便于西班牙传教士传播西班牙语和天主教教义，但在客观上为拉丁字母的推广起到了极其重要的作用。

---

① 金应熙主编，《菲律宾史》，1990年，第142页。

第一课　菲律宾语概况

Aralin 1　Pagpapakilala ng Wikang Filipino

练习　Pangkasanayan

根据以下的字母对应表，用菲律宾古代文字写出自己的名字：

a	i	u
ka	ki	ku
ga	gi	gu
nga	ngi	ngu
ta	ti	tu
da	di	du
na	ni	nu
pa	pi	pu
ba	bi	bu
ma	mi	mu
ya	yi	yu
la	li	lu
wa	wi	wu
sa	si	su
ha	hi	hu

第二课　字母的发音
Aralin 2　Bigkas ng Patinig at Katinig

语言包括3个方面，即语音、语法、词汇。语音是语言的物质外壳，语法和词汇都是通过语音得到体现的。学习语言，首先必须把语音学好，才能充分发挥语言作为交际工具的作用。语音基本功的好与坏，直接影响正确、熟练地掌握语言。

1. 发音器官

语音是由人类的发音器官发出的具有社会交际作用的声音。学习语音首先要了解发音器官的各个部位及其名称和功能。发音器官包括肺、气管、喉头、咽喉、声带、口腔和鼻腔。

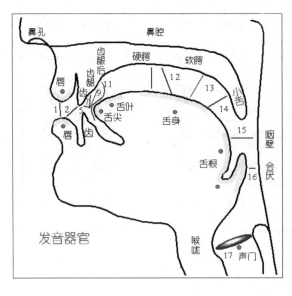

第二课　字母的发音

Aralin 2　Bigkas ng Patinig at Katinig

（1）唇：分上唇和下唇；（2）齿：分上齿和下齿；（3）齿龈：牙根突起部分；（4）硬腭：口腔上壁的前部，又叫前腭；（5）软腭：口腔上壁的后部，又叫后腭；（6）小舌：软腭后端的垂肉；（7）舌尖：舌头静止时接触齿龈的部分；（8）舌叶：舌头静止时正好在硬腭的下面；（9）舌面：舌头静止时正好在软腭的下面；（10）舌根：舌的最后部分；（11）声带：喉头内的两片薄膜；（12）鼻腔：鼻内的空处；（13）口腔：口内的空处。

声带的振动与否，对区别清浊辅音起很重要的作用。发元音时，声带合拢，声门关闭。发辅音时，如声带合拢，气流通过时声带振动，发出浊辅音；如声带张开，气流通过的声带不振动，发清辅音。区别清辅音和浊辅音是学习菲律宾语发音的一个重点所在，因为很多菲律宾语单词之间只有一个辅音字母不同，区分单词的不同意思就只有靠区分清浊音来实现。

人类的发音器官存在于咽腔、口腔和鼻腔内。咽腔内最重要的发音器官是位于喉头的声带，发音时声带在气流的冲击下发生颤动

发音器官

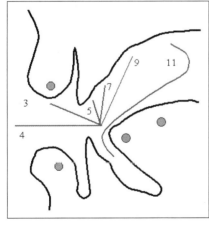
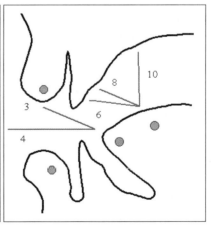

3　舌唇音　　　6　舌叶龈齿音　　9　舌尖卷舌音
4　越齿音　　　7　舌尖齿龈音　　10　舌叶龈腭音
5　舌尖齿音　　8　舌叶齿龈音　　11　舌尖底卷舌s

决定了声音的浊音化。浊音化是所有元音以及部分辅音，如[b]、[g]、[m]等所具有的特性。声带不发生颤动所发出的音是清音，如[t]、[k]、[f]等。声带颤动的频率决定了声音的高低。口腔中发音器官最多，有舌头、小舌、软腭、硬腭、齿龈隆骨、牙齿和嘴唇。其中舌头是最灵活、最重要的发音器官。发音时，来自肺部的气流在口腔中受到不同的阻碍，从而发出不同的音。

鼻腔和口腔相通。发音时软腭后移关闭鼻腔，气流只能从口腔通过，所发出的音没有鼻音化。但当鼻腔通道打开，允许气流从鼻腔通过，所发出来的音便是鼻音。

2. 字母和音素

从词的书写形式看，菲律宾语的词是由字母组成的，字母是词的书写形式的最小单位。菲律宾语传统上共有20个字母，排列顺序如下：a、b、k、d、e、g、h、i、l、m、n、ng、o、p、r、s、t、u、w、y。菲律宾语字母表中的c、f、j、ñ、q、v、x、z等字母常用在外来语借词的书写中。菲律宾语中字母的发音比较简单，除了音调的变化以外，一个字母只有一个发音，关键要掌握好发音的位置。

从词的语音形式看，菲律宾语的词是由音素构成的。音素是词的语音形式的最小单位。音素分为元音音素和辅音音素两类。元音音素又分单元音与复合元音。由单个元音音素组成的叫单元音，而由两个以上元音音素组成的叫复合元音。菲律宾语有5个单元音：a、e、i、o、u，按书写形式没有复合元音，如果两个元音在一起，则每个元音分开朗读。菲律宾语辅音音素有15个：b、k、d、g、h、l、m、n、ng、p、r、s、t、w、y。对于外来语借词，则按照菲律宾语拼写规则进行改写，但人名和地名保持原有拼写不变。很多外来语借词（主要是西班牙语词和英语词）被菲律宾语吸收，它们拼写

第二课 字母的发音

Aralin 2　Bigkas ng Patinig at Katinig

并不按照原来语言的拼写方式，而是用菲律宾语字母来拼写，变成了菲律宾语词汇。

3. 元音的发音部位和方法

菲律宾语元音发音规则如下：

发元音时，声带振动，气流从气管呼出不受任何阻碍。菲律宾语5个单元音的区别有三个方面：（1）舌位的前后不同；（2）口腔的开闭不同；（3）嘴唇的圆展不同。

元音	舌位前后	口腔开闭	嘴唇形状
a	中央	开（低）	半开唇
e	前低	半闭（中央）	平唇
i	前高	闭（高）	平唇
o	后低	半开（中低）	圆唇
u	后高	闭（高）	小圆唇

[a] 非圆唇低元音，发音时，舌头平放在口腔底部，嘴张开，气流从咽喉冲出，集中在口腔中部。

[e] 非圆唇中前元音，发音时，舌面抬至口腔高度的中线，双唇稍微向两旁咧开，气流集中在口腔的前部。

[i] 非圆唇高前元音，发音时，舌面跟向硬腭中部抬起，超过口腔高度的中线，气流集中在口腔前部。

[o] 圆唇中后元音，发音时，舌面高度与发[e]时基本相同，双唇撮圆向前突出，气流集中在口腔后部。

[u] 圆唇高后元音，发音时，舌面高度超过[o]音，嘴张得较小，双唇撮圆，比[o]音更向前突出，气流集中在口腔后部。

4. 辅音的发音方法

菲律宾语辅音按发音方法有以下7种：（1）塞音；（2）鼻音；（3）擦音；（4）边音；（5）塞擦音；（6）半元音；（7）颤音。

以下是一些菲律宾语中比较简单的辅音的发音方法：

h	声带收缩（喉 音）	清擦音
m	上下唇接触（双唇音）	鼻音
n	舌尖齿龈接触（舌尖中音）	鼻音
s	舌尖齿龈接触（舌尖中音）	清擦音
y	舌面后硬腭接触（舌面中音）	半元音
w	上下唇接近（双唇音）	半元音

[h]是舌根清擦音。发音时，舌根接近软腭，留出窄缝，软腭上升，堵塞鼻腔通路，声带不颤动，气流从窄缝中摩擦出来。

[m]是双唇鼻浊辅音。发音时，双唇紧闭，声带振动，气流从鼻腔通过。

[n]是舌尖齿龈鼻浊辅音。发音时，舌尖接触上齿龈，舌部两侧紧贴口腔两壁，不留缝隙。气流从鼻腔通过，声带振动。

[s]是舌尖齿龈擦清辅音。发音时，舌头靠拢上齿龈，留下缝隙让气流通过，声带不振动。

[y]在元音之前是舌前硬腭擦浊辅音[j]。发音时，舌面前部向硬腭前部抬起，留下比发元音[i]时较小的缝隙，气流由此通过，声带振动。在元音后面或单独使用时，发[i]音。

[y]和[w]都是半元音。发i时舌面接触硬腭便得y音；发u时双唇轻轻摩擦便得w音。

第二课 字母的发音

Aralin 2　Bigkas ng Patinig at Katinig

5. 菲律宾语中的音节

音素是语言最小的语音单位，音素结合起来就构成音节。一个元音可以自成为一个音节，a、e、i等是一个音素，也可以单独成为一个音节，例如：ina，ama。但大多数音节由一个元音和辅音结合而成的，例如：na—ma，pe—na等。每个音节包含一个元音音素，这个元音音素是这个音节的主体。在元音音素之前如有辅音音素，这个辅音音素称作"起音"，在元音音素之后的辅音音素称为"音尾"。音节分开音节和闭音节。一个音节最末的音素是元音的称作"开音节"，例如：ina，ama。最末一个音素是辅音的称作"闭音节"，例如：awit，labis。在第五课中，我们将学习更为详细的菲律宾语音节划分规则。

练习　Pangkasanayan

1. 反复练习每个元音。

a　　　e　　　i　　　o　　　u

2. 练习以下读音，体会音节的发音方法。

ma	ma	ma	ma
na	na	na	na
ha	ha	ha	ha
sa	sa	sa	sa

me	me	me	me
ne	ne	ne	ne
he	he	he	he
se	se	se	se

基础菲律宾语（第一册）

mi	mi	mi	mi
ni	ni	ni	ni
hi	hi	hi	hi
si	si	si	si

mo	mo	mo	mo
no	no	no	no
ho	ho	ho	ho
so	so	so	so

mu	mu	mu	mu
nu	nu	nu	nu
hu	hu	hu	hu
su	su	su	su

a-le-ma-ya	a-le-ma	a-nim	a-su
a-ne	la-la-e	sa-hay	mi-lo
in-na-na	me-sa	ha-lo	mun-sok
ra-an	la-wa	na-mo	e-ro-sla-no
e-sku-we-la-han	ha-wa	ha-pon	he-pe
hi-law	hu-gis	i-law	in-hin-ye-ro
In-tsik	i-sa	i-yan	i-yon
la-ngit	la-pis	la-ru-an	li-la
li-ma	lo-lo	lo-la	ma-na-na-yaw
ma-nga-nga-la-kal	ma-nu-nu-lat	na-nay	nars
o-rens	ro-sas	ru-so	ru-sya
sam-pu	si-lya	si-ne-han	wa-lo

第二课 字母的发音
Aralin 2　Bigkas ng Patinig at Katinig

3. 辨音：一位同学读，另一位同学写出相应的音节或单词。

mana	mane	mani	mano	manu
mena	mene	meni	meno	menu
mina	mine	mini	mino	minu
mona	mone	moni	mono	monu
muna	mune	muni	muno	munu

第三课　辅音 B P D T
Aralin 3　Bigkas ng B P D T

　　菲律宾语中的一些辅音发音是菲律宾语整个发音体系的难点所在，掌握和区别这些发音是本课的学习重点。

辅音	发音部位	发音方法
b	上下唇接触（双唇音）	不送气的浊塞音
p	上下唇接触（双唇音）	不送气的清塞音
d	舌尖齿龈接触（舌尖中音）	不送气浊塞音
t	舌尖齿龈接触（舌尖中音）	不送气清塞音

　　[b]是双唇塞浊辅音。发音部位和方法与[p]相同：双唇紧闭，气流冲开阻碍，爆破而出。但[b]是浊音，声带要振动。

　　[p]是双唇塞清辅音。发音时，双唇紧闭，气流冲开阻碍，爆破而出，声带不振动。

　　[d]是舌尖齿背塞浊辅音。发音部位和方法与[t]相同：舌尖顶住上齿背，气流冲开阻碍，爆破而出。但[d]是浊音，声带要振动。

　　[t]是舌尖齿背塞清辅音。发音时，舌尖和上齿背接触，气流冲开阻碍，爆破而出，声带不振动。

　　菲律宾语的p与b均为双唇音，但发音方法不同。发p辅音时，声带外张，声门大开，使气流顺利通过声门，声带不发生震动。发b辅音时，声带合拢，声门形成一个窄缝，气流通过时，声带振动。

　　菲律宾语t和d均为舌尖中音，区别在于发音方法。发t时，声带不振动，是清塞音；发d音，声带振动，是浊塞音。

　　需要特别注意菲律宾语中清辅音和浊辅音的区别及其均不送气的特点，而不能用理解和练习英语的发音来学习菲律宾语的发音。

第三课 辅音 B P D T

Aralin 3 Bigkas ng B P D T

练习 Pangkasanayan

1. 练习以下读音。

bata	bate	bati	bato	batu
beta	bete	beti	beto	betu
bita	bite	biti	bito	bitu
bota	bote	boti	boto	botu
buta	bute	buti	buto	butu

data	date	dati	dato	datu
deta	dete	deti	deto	detu
dita	dite	diti	dito	ditu
dota	dote	doti	doto	dotu
duta	dute	duti	duto	dutu

patay	patey	patoy	patuy
petay	petey	petoy	petuy
pitay	pitey	pitoy	pituy
potay	potey	potoy	potuy
putay	putey	putoy	putuy

2. 写出老师所读的单词。

patay	babae	sipa	sita
dito	datu	papa	apa
tayo	dapat	dita	din
aba	taas	tipas	tatay

3. 辨音。

dam	dan	pam	pan
mab	map	mad	mat
adu	abu	apu	atu
bena	buna	puna	pena
dina	bina	tina	pina

baboy	kubo	pamahay	diláw
bakasyón	kita/kitá	panahón	dápog
bagay	kitid	panalangin	despedida
bago	kitig	panikalà	dikít
bagyó	gipô	pandót	dilát
balát/bálat	gitáng	pangamán	dingdíng
balità	gato	pangamba	dugsô
bangkâ	gawâ	pangkó	duyan
bangkô	ganoón	pangit	dumal
banggâ	gandá	parati	dunong
bangó	galít	magpasok	duwág
bakada	ganáp	péndolá	diníg
basa/basâ	gulang	pileges	tapát
batás	gusto/gusto	pátakarán	tapyás
batì	magutom	patós	taripa
bató/batò	palaló	plegarya	teoría
batas	pagdaka	pugita	tikís
buwág	paging	plasma	tindíg
kanyâ	pagás	purista	tinghád
katás	paltós	puták	pantubós

第四课　辅音 K G L R
Aralin 4　Bigkas ng K G L R

辅音k、g、l、r的发音部位和发音方法如下：

辅音	发音部位	发音方法
k	舌根软腭接触（舌根音）	不送气清塞音
g	舌根软腭接触（舌根音）	不送气浊塞音
l	舌尖齿龈接触（舌尖中音）	边音
r	舌尖齿龈接触（舌尖中音）	颤音

[k]是舌后软腭塞清辅音，发音时，舌后与软腭闭合。气流冲开阻碍，爆破而出，声带不振动。

[g]是舌后软腭塞浊辅音，发音时，舌后与软腭闭合。气流冲开阻碍，爆破而出，声带振动。

[l]是舌尖齿龈边擦浊辅音；发音时，舌尖接触上齿龈，舌面下降，气流从舌部一侧或两侧通过，声带振动。

[r]是舌尖齿龈颤音，发音时舌尖抬起，与上齿龈接触，气流通过使舌尖轻微颤动一至两下，声带振动。

k和g辅音都是舌根音，区别在发音方法。发k时，声带不振动，是清塞音；发g时，声带振动，是浊塞音。l和r均为舌尖中音，但发音方法不同，r是颤音，l是边音。发r时，把舌尖翘起，轻轻地与上齿龈接触但不颤动，则会发成l音。

菲律宾语辅音表

发音方法 \ 发音部位	双唇音	唇齿音	舌尖中音	舌面中音	舌根音	混合舌叶音	喉音
塞音 声带不振动（不带音）	p		t		k		
塞音 声带振动（带音）	b		d		g		
鼻音	m		n		ng		
擦音 不带音			s				h
擦音 带音							
颤音			r				
边音			l				
半元音	w			y			

练习 Pangkasanayan

1. 练习以下读音。

gara	gare	gari	garo	garu
gera	gere	geri	gero	geru
gira	gire	giri	giro	giru
gora	gore	gori	goro	goru
gura	gure	guri	guro	guru
dara	dare	dari	daro	daru
dera	dere	deri	dero	deru
dira	dire	diri	diro	diru
dora	dore	dori	doro	doru
dura	dure	duri	duro	duru

第四课 辅音 K G L R
Aralin 4　Bigkas ng K G L R

karay	karey	karoy	karuy
keray	kerey	keroy	keruy
kiray	kirey	kiroy	kiruy
koray	korey	koroy	koruy
kuray	kurey	kuroy	kuruy

lana	lane	lani	lano	lanu
lena	lene	leni	leno	lenu
lina	line	lini	lino	linu
lona	lone	loni	lono	lonu
luna	lune	luni	luno	lunu

2. 写出老师所读的单词。

sina	sana	roon	dula	bata	bato
ako	bago	sabi	dina	saan	kubo
tubig	dugo	laro	tula	rito	rin
mami	mani	nga	susi	marami	doon

3. 辨音。

lana	rana	runa	luna
kana	gana	garne	karne
palay	panay	paray	pamay
ganit	gamit	kanit	kamit

aba	abo	abogado	Abrika
Aprika	Apriga	ade	agladam
aklatan	algalte	alkalde	Amerigalo
Amerikano	anuman	apat	apo

基础菲律宾语（第一册）

aral	aras	araw	arkitekto
arkitektura	arktiko	ate	babae
bahay	banyo	berde	
bilog	bindo	bintana	bola
brandi		brilyo	
brio		bronse	
bruho	brusko		
bruto	bundok	bunis	buti
daan	dahon	dalawa	daliri
damo	danawa	daro	dilaw
diliman	disgo	disko	durian
eroplano	eskuwelahan	eskuwenahan	Estados
estudyante	Europa	galano	gatipa
gawis	ginmesa	gobernador	gotre
grasya	gratitud	grupo	guro
gutis			haba
Hapon	harang	harì	harina
hikaw	honsenal	hugis	igo
ilaw	inaw	indik	
itim	ito	kaarawan	kaaway/kalaban
kabarkada	kaharap	kainuman	kalaro
kapatid	karnero		
karo	karpentero	karsel	
kartun		kasintahan	kilao
kisame	konsehal	korte	
kredit	kris		
krisis	krus		
kurtina	kutis	kuwarto	kuya
kwadrado	labis	langit	lapis
laruan	libreri	libro	maaarì

第四课 辅音 K G L R
Aralin 4 Bigkas ng K G L R

mababa	magkaroon	magkaroon	
mahirap	mahirati		
manunulat	marahil	marinig	marunong
mayroon	mura	nakaraan	nakit
naluan	nikus	oblong	orens
pabilog	pahay	palengke	panghari
panyo	papaya	papel	personal
pinog	pinto	pito	pona
praktis	primarya	prutas	pulis
puntok	puti	raan	rektanggulo
relihiyon	sampu	selator	senador
silya	tabing-dagat	taong-bahay	tatay
tatlo	tilaw	tindahan	
tsokolate	unidos		

第五课　重音和音节划分[①]
Aralin 5　　Diin at Pantig

菲律宾语的重读规则

重读是对特殊音节元音的强调。对于一个长单词来说，可能有一或两个重读音节。以下是菲律宾语中几种主要的重读规则：

促音重读或词尾重读，重读用促音号（ˊ）来标记，例如：

anák	孩子，子女
bulaklák	花
amá	父亲
malakás	强壮的

倒数第二音节重读，书中仍用促音号来标记这类重读，例如：

babáe	女人
laláki	男人
maínit	热的
malínis	干净的
táo	人

倒数第二音节重读和喉塞音，这种重音也是在单词的倒数第二个音节上，但是词尾的元音要用喉塞音发出。发喉塞音的关键在于发音时咽喉突然关闭。这种重读不标记重音，而是用喉塞音符号

[①] 参考了 Paraluman S. Aspillera, *Basic Tagalog for Foreigners and Non-Tagalogs*, Singapore: Tuttle Publishing, 2007 一书中的相关章节。

第五课　重音和音节划分

Aralin 5　Diin at Pantig

（`）标记在单词的最后一个元音上，例如：

punò	树
kandilà	蜡烛
pusà	猫
batà	孩子
susì	钥匙

促喉塞音，这类重读的重音在最后一个音节上，且此音节用喉塞音发出，重音符号用（^）标记在单词的最后一个音节上，例如：

punô	充满
sampû	十
bakyâ	木屐，拖鞋
masamâ	坏的
gintô	金，金的

重读和重音符号是掌握菲律宾语的难点所在，这是因为：

（1）单词或前缀因重读的不同而有不同意思。例如：

| hápon | 下午 |
| Hapón | 日本 |

（2）词尾的喉塞音会因为添加了连接词或后缀而消失。例如：

| punô | punuín |
| susì | susían |

（3）单音节词通常采用前一个词的重读方式。例如：

| hindî po.　重读变成 | hindi pô.　不，先生。 |

（4）为了避免错误的拼读，不构成一个音节的元音与辅音之间通常用连字号表示。

pag-ása	希望
pag-íbig	爱

（5）菲律宾语中的重读和重音并没有一个统一的规则，往往是一个规则对应一部分单词，而又有大量的单词不在这个规则作用的范围之内，所以只有通过长期的训练和积累才有可能准确掌握。

现在，菲律宾语在书写的时候通常不在单词上加重音符号了，这更增加了初学者的难度。

菲律宾语的音节划分

在菲律宾语中大致可分成五种音节：

（1）单个元音作为一个音节，注意即使两个元音相连也要分开逐一读出：

例如	o	táo	人
例如	a	paá	脚
例如	i	iyák	哭
例如	u	úlo	头

（2）"辅音—元音"组合作为一个音节：

例如	ba或sa	bása	读
例如	ta	táo	人
例如	na	iná	母亲
例如	lo	úlo	头

（3）"元音—辅音"组合作为一个音节：

例如	an	antáy	等待
例如	am	ambón	小雨（雨）
例如	ak	akyát	爬
例如	it	mapaít	苦的

第五课 重音和音节划分
Aralin 5 Diin at Pantig

（4）"辅音—元音—辅音"组合作为一个音节：

例如	tak	takbó	跑
例如	lak	bulaklák	花
例如	lon	talón	跳
例如	mang	manggá	芒果

（5）"辅音—辅音—元音"组合作为一个音节：

| 例如 | tra | trabáho | 工作 |

练习 Pangkasanayan

1. 练习以下音节的发音。

matapang	malakas	tamad	
mura	maluwang	masikip	
marunong	pangit	mahirap	
tatlo	apat	huli	kasi
tatay	anak	doktor	nars
iyon	iyan	awit	nasaan
gitna	tabi	ilalim	likod
natin	ninyo	nila	namin
titser	silya	libro	lapis

2. 重音发音练习。

alkohol	otel	piyano	tabako
aluminyo	tenis	radyo	sigarilyo
kape	pasaporte	restauran	semento
klub	ponograpo	sine	yero
gas	bus	bentilador	telebisyon

基础菲律宾语（第一册）

3. 划分以下单词的音节。

maganda	tubig	bansa	bata
mabait	ako	kami	isda
araw	bulaklak	kanin	dapat
ang	makaligo	tao	nakita
sulat	bayan	pag-aalaga	baryo

第六课 问候和自我介绍
Aralin 6　Pagbati at Pagpapakilala

对话　Usapan①

1. 王斌和妻子陈彦飞抵马尼拉的尼诺伊·阿基诺国际机场(Ninoy Aquino International Airport, NAIA)。Tina将在阿基诺国际机场接王斌一家人。以下是王斌通过海关检查时的对话：

Opisyal: Magandang gabi po sa inyo. Kumusta po kayo? Si Ginoong Santos po ako. Anong pangalan ninyo?

Wang Bin: Mabuti naman. Maraming salamat. Wang Bin ang pangalan ko.

Chen Yan: Mabuti po naman. Salamat po. Chen Yan po ang pangalan ko.

2. Tina在机场会见王斌一家。

Wang Bin: Tina, kumusta kayo?

Tina: Mabuti po naman, at kayo?

Wang Bin: Mabuti naman.

Tina: Kumusta ka, Chen Yan？

Chen Yan: Mabuti rin naman.

---

① Ligaya C. Buenaventura, *Let's Converse in Filipino*, Quezon: Phoenix Publishing House, Inc., 1991, pp. 111-112.

基础菲律宾语（第一册）

在老师的指导下填写以下自我介绍的句子，并背诵。

Ako si _____. _____ ang tawag nila sa akin. _____ taong gulang na ako. Ika-_____ ng _____, _____ ang aking kaarawan. Nakatira ako sa _____. Sina _____ at _____ ang aking mga magulang.

Talasalitaan 单词表

maganda	美丽的，美好的
umaga	早上，早晨
tanghali	中午
hapon	下午
gabi	晚上
po	您（菲律宾语中对别人的尊称）
sa inyo	对你们
lahat	全部
kumusta	怎么样、好不好
ka	你
Kumusta ka?	你好吗？（表示问候）
mabuti	好
naman	也
paalam	再见
na	已经
adyos	再见
maligaya	高兴的
Pasko	圣诞节
manigo	有福的、幸运的

第六课　问候和自我介绍
Aralin 6　Pagbati at Pagpapakilala

Bagong Taon	新年
kaarawan	生日
Kumusta kayo?	您好吗？或你们好吗？（kayo在这里表示"你"的尊称"您"）
si	加在人的名字前面
ginoo	先生
ako	我
ano	什么
pangalan	名字
salamat	谢谢
at	和
ginang	女士
din/rin	也
tawag	叫、打电话
nila	他们（属格）
akin	我（与格）
taon	年
gulang	年龄
ika-	用在数字之前，表示序数词
ng	的（表示归属、所有）
nakatira	居住、住
sa	在……（表示地点）
sina	si的复数形式，一般后面跟两个以上的人名
mga	加在名词前面，表示复数
magulang	父亲或母亲

注释　Tala

1. "Magandang umaga naman."一般用来回答别人"Magandang umaga."的问候。
2. po是菲律宾语中应用非常广泛的小品词,表示对长者、上级、前辈等的尊敬,向别人求助时也用到这个词。
3. mabuti是菲律宾语中常用的词,含义丰富,既可以指人的身体好、健康,也可以指一件东西质量好,既可以作形容词,也可作副词。

例句1：Mabuti na si Lito.　Lito的身体已经好了。

例句2：Mabuti siyang dibuhista.　他是一个好的设计师。

例句3：Mag-aral nang mabuti.　努力学习。

例句4：Mabuti siyang magsalita ng Ingles.　他英语说得很好。

语法　Balarila

陈述句的句式结构（一）

陈述句在日常生活中使用最多。菲律宾语的陈述句有两种基本句式结构：一种是主语—谓语式句式,另一种是谓语—主语式句式。这两种句式不仅是陈述句的基本句式,菲律宾语的感叹句、疑问句等的句式也都有和它类似的结构。这两种句式结构是菲律宾语句型的最核心的基础内容。

一、两种句式

在主语—谓语式结构的句子中,主语在前,谓语在后,用小品词ay来连接主语和谓语,在一些特殊情况下还会使用ang；在谓语—主语式结构的句子中,谓语在前,主语在后,两者直接连接,不必出现任何连接结构和连接词。具体可以表述为：

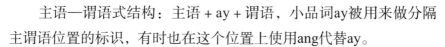

第六课　问候和自我介绍
Aralin 6　Pagbati at Pagpapakilala

主语—谓语式结构：主语 + ay + 谓语，小品词ay被用来做分隔主谓语位置的标识，有时也在这个位置上使用ang代替ay。

谓语—主语式结构：谓语 + 主语，中间不使用ay等任何连接词或连接结构。

两种句式在表达意义上基本相同，同一个意思可以通过颠倒主谓语顺序的方式来表达成两种句子。只是两种句式各自强调的重点不一样，始终是位于句首的部分相对得到强调，即主语—谓语式结构强调主语，谓语—主语式结构强调谓语。在菲律宾语的日常使用中，大部分情况下都使用谓语—主语式句式，尤其是在口语中，常用各种较短的句子，因而大量使用这种句式。主语—谓语式句式则通常使用在一些主语较长的句子，或者因主谓语不明显而容易产生歧义的长句子，或者非常正式的书面陈述句中。在相对较长的句子中，为了明确区分主语和谓语，并且表示主谓语间语气的停顿，使用主语—谓语式句式，用ay或ang表示停顿。实际使用中应遵循菲律宾人的日常使用习惯，除了必须使用主语—谓语式句式的句子外，绝大多数情况下都应使用谓语—主语式结构。

例如这一组意思完全一样的句子：

Ang bahay ay malaki. / Malaki ang bahay.（房子很大。）

（1）主语—谓语式结构：Ang bahay ay malaki.

可以分为：Ang bahay（名词作主语） + ay + malaki（形容词作谓语）。Ay在这里就连接了名词主语和形容词谓语，成为两者分开的标志。

（2）谓语—主语式结构：Malaki ang bahay.

可以分为：Malaki（形容词作谓语） + ang bahay（名词作主语）。这里主谓语之间没有出现ay或其他任何连接词或结构。需要注意的是，这里出现的ang是名词主语bahay的主语标志，并非代替ay隔开主谓语、表示停顿。

陈述句的主语通常由一般名词、特殊名词、人称代词和指示代词担任，谓语则通常由形容词、动词等担任。代词在这两种句式中的用法较为复杂，我们在主语代词等部分再进行讨论，这里先列举两种句式中名词作主语的各种情况。

（一）主语—谓语结构的句式可以分为以下几种情况，其中都使用了小品词ay，ay被用作连接主语和谓语的标志，同时也是把主语和谓语明确的分隔开来。

1. 一般名词单数作主语，形容词作谓语

    Ang kahon ay maliit.　箱子小。

2. 一般名词复数作主语，动词作谓语

    Ang mga bata ay umaawit.　孩子们在唱歌。

3. 特殊名词单数作主语，形容词作谓语

    Si Juan ay mabait.　胡安很友善。

4. 特殊名词复数作主语，名词做谓语

    Sina Juan at Maria ay mga bata.　胡安和玛丽都是孩子。

5. 一般名词复数作主语，动词作谓语

    Ang mga guro at estudyante ay sumusulat.

    老师和学生们在写东西。

注意，出于读音顺畅的考虑，ay 在以元音结尾的单词后可以缩写成'y。比如，

   Si Julia'y magandang babae.　朱利娅是个漂亮的女孩。

   Ako'y estudyante ng wikang Filipino.

   我是菲律宾语的学生。

（二）谓语—主语结构的句式也可以分为类似的几种情况，不使用ay，但丝毫不影响句子表达的意思。

1. 形容词作谓语，一般名词单数作主语

    Maliit ang kahon.　箱子小。

2. 动词作谓语，一般名词复数作主语

    Umaawit ang mga bata.　孩子们在唱歌。

第六课 问候和自我介绍

Aralin 6　Pagbati at Pagpapakilala

3. 形容词作谓语，特殊名词单数作主语

　　Mabait si Juan.　胡安很友善。

4. 名词做谓语，特殊名词复数作主语

　　Mga bata sina Juan at Maria.　胡安和玛丽都是孩子。

5. 一般名词复数作主语，动词作谓语

　　Sumusulat ang mga guro at estudyante.

　　老师和学生们在写东西。

　　通过这一系列句子的比较可以看出来，在菲律宾语中使用小品词 ay是构成句子的一种重要的方法，它在语法意义上会让人觉得好像是判断动词（就像汉语中的"是"）。在语法上，几乎所有菲律宾语的陈述句都可以表示成用 ay 连接主谓语而构成的句子；但是在实际使用中却正好相反，ay绝不像be动词那样广泛使用，按照语言习惯 ay 很少使用。所以我们还是应该把 ay 理解为只是一个并不常用的表示区分主语和谓语的连接词以及位置标志。按照菲律宾人的语言习惯，谓语—主语结构的句式才是菲律宾语的正常句式，我们语言习惯中非常熟悉的主语—谓语结构的句式却是他们的倒装句式。在以后的语法学习中，我们会更多的强调和使用谓语—主语结构的句式（以后简称为谓主句），而淡化使用 ay 的主语—谓语结构的句式（以后简称为主谓句）。

　　使用ay的主谓句在菲律宾语中有时会用ang来代替ay，这种句型就比用ay出现的多得多，但在具体使用中由于取代ay的ang容易和引导主语的ang混淆，弄不清主谓语，所以要特别注意这类句子的结构。比如：Ang mga bata ay umaawit. 可以变为 Ang mga bata ang umaawit.句子中有两个ang，前一个是主语的标志，主语是ang mga bata，后一个则是取代ay的ang，umaawit仍是谓语。ang 在此还有表强调的意思。

　　Si Juan ay mabait. 可以变为 Si Juan ang mabait.

　　但是并非所有主谓句都可以用ang来代替ay，一般用在主语是si

或sina引导特殊名词的主谓句以及一些动词作谓语的主谓句，除此之外，绝不可以随意把句中的ay替换成ang，可以替换的句子有待以后逐渐积累。

练习　Pangkasanayan

1. 熟读以下句子。

   Magandang umaga po, Gng. Cruz.

   Kumusta po kayo?

   Kumusta po kayo, Ben?

   Mabuti naman.

2. 替换练习：在以下时间应该用什么话进行问候？

   7:00 a.m.　　　　8:00 p.m.　　　12:00 a.m.　　　12:00 p.m.

   4:00 p.m.　　　　10:00 a.m.　　　6:00 a.m.　　　　7:00 p.m.

3. 将以下句子翻译成菲律宾语。

   (1) 中午好。

   (2) 你母亲好吗？

   (3) 新年好。

   (4) 我是小明。

   (5) 我的名字叫张华。

4. 填空。

   (1) 张明：_____？

   　　Lopez: Mabuti naman.

   (2) Tommy: Magandang umaga, _____.

   　　李平：_____？

第六课　问候和自我介绍
Aralin 6　Pagbati at Pagpapakilala

  (3) Lito: Ako si Lito.

   王亮：_____。

5. 每个同学给自己起一个菲律宾名字。

6. 分析下列句子属于主谓句还是谓主句，并把句子改成相对的类型。

  Babae si Julia.

  Si Peter ay lalaki.

  Si Helen ang batang babae.

  Batang lalaki si Tom.

  Sina Helen at Tom ay mga bata.

  Maganda si Ruth.

  Si Peter ay marunong.

  Sina Helen at Tom ang mababait.

  Ang anak ko ay mabait.

  Mababait ang bata at ang aso.

  Ang mga sapatos ay malinis.

  Ang baro at ang sapatos ay malilinis.

  Maganda ang mga baro at mga sapatos.

  Ang Republika ng Pilipinas ay maliit.

  Malaking bansa ang Republika ng Bayan ng Tsina.

  Ang Maynila ay punong-lunsod ng Pilipinas.

  Ang Washington D.C. ay isang lunsod ng Estados Unidos.

  Mga lunsod ang Beijing, Maynila at Baguio.

  Ang Baguio at Tagaytay ay malamig.

阅读　Pagbabasa[①]

　　Ang pangalan ko ay Julia Cruz. Ang palayaw ko ay Julie. Ako ay labingwalong taong gulang na. Ang aking kaarawan ay tuwing ikadalawampu't siyam ng Hulyo. Ako ay nakatira sa silid bilang 412 ng gusali 35. Ako ay nanggaling sa Lungsod ng Lipa, isang lungsod sa Batangas.

　　Sa kasalukuyan ako ay nag-aaral dito sa Pamantasan ng Pilipinas. Ang kurso ko ay Philippine Studies. Pagkatapos ng kolehiyo, nais kong maging direktor ng pelikula.

---

① 本短文摘自外教 Jenneth Candor 上课讲义。

第七课 我的家庭
Aralin 7　Ang Pamilya Ko

对话　Usapan

1. Tina和Bill正在看照片。

Tina: Ito ay larawan ng pamilya ko. Sa likuran, buhat sa kaliwa ay si Tatay, si ate Azon at si Jake ang asawa niya, si Edith ang asawa ni Jose, si Louie ang asawa ni Citta at ito ay si Nanay.

Bill: Ang mga nasa harapan?

Tina: Ang mga nasa harapan, buhat sa kaliwa ay si Ely na walang asawa, si Dino na katabi ko ay binata at pinakabunso sa pamilya namin, at ito si Toto ang asawa ko.

Bill: Malaki-laki ang pamilya ninyo, o ano?

Tina: Oo, pero ang malaking pamilya ay masayang pamilya.

2. Tina正在和Louise讨论一些关于家庭的话题。

Louise: Ilan ang anak ninyo?

Tina: Lima. Isa lang ang walang asawa. Heto ang larawan ng mga anak at mga apo ko.

Louise: Sila ay magaganda.

Tina: Kayo, ilan ang anak ninyo?

基础菲律宾语（第一册）

Louise:	Dalawa lang. Si John at si Roy.
Tina:	May anak na ba si John?
Louise:	Oo. Dalawa. Si Adam at si Lucy.
Tina:	Maliit ang pamilya ninyo.
Louise:	Oo nga.
Katulong:	Eto po ang pampalamig.
Tina:	Salamat. Tayo ay magpalamig muna.

单词表　Talasalitaan

ito	这、这个
larawan	照片
pamilya	家庭
likuran	后面
buhat	从……开始
kaliwa	左边
tatay	父亲、爸爸
ate	姐姐
asawa	妻子、丈夫、配偶
niya	他/她的
nanay	母亲、妈妈
nasa	在……（地方）
harapan	前面
wala	没有
katabi	邻近、相邻
binata	单身汉
pinakabunso	最小的

第七课 我的家庭
Aralin 7　Ang Pamilya Ko

namin	我们的（属格）
malaki	大的
ninyo	你们的（属格）
pero	但是
masaya	快乐的、幸福的
ilan	几个、多少
anak	孩子、儿子
lima	五个、五
heto	这
apo	孙子、孙女
sila	他们、她们（主格）
kayo	您/你（主格）
dalawa	两个、二
may	有
maliit	小的
oo	是的（表示肯定的回答）
katulong	佣人
pampalamig	冷饮
tayo	我们（主格）
muna	先

注释　Tala

1. Ano：既可以作代词，也可以作感叹词。

　　例句1：Ano ang nangyari?　怎么了？（发生了什么事？）

　　例句2：Anong laking pagkakamali!　多大的错误啊！

　　例句3：Ano! Huli ka na naman!　什么！你又迟到了。

2. 菲律宾语中的指示代词很复杂：

　　ito 用于指示靠近或接近说话者而离听话者较远的事物。

　　iyan 用于指示靠近或接近听话者而离说话者较远的事物。

　　iyon 用于指示距离说话者和听话者都较远的事物。

3. hindi 有时候也写成 di 或 di-，表示"不、不是"，用于否定句或否定回答。

　　例句1：Hindi darating si Maria. 玛丽亚不会来。

　　例句2：—Umalis ba si Juan? —Hindi. —胡安走了吗？—没有。

　　　　hindi na：不再，无论如何不会

　　　　hindi naman：根本就不，或也不是

　　　　maaaring hindi：几乎不，或可能不

　　例句3：Maaaring hindi sila makarating sa ganitong lakas ng ulan.

　　　　　下这么大的雨，他们不会来了。

　　　　talagang hindi：肯定不会，真的不

　　例句4：Talagang hindi ko gagawin ang trabahong iyon.

　　　　　我肯定不会去做那份工作。

　　hindi 用于回答否定性的句子。它不能用来回答有 may 和 mayroon 的句子，而应该用 wala（没有）来回答，这和中文比较相似。

　　一个词的否定意义通常由表示否定的副词 hindi 及该词本身来表示。有时，hindi 缩写成 di 而当成一个独立的词使用，di 后可接名词、动词、副词、代词和介词，表示该词的否定含义。

4. alam：既可以作名词，表"知识"，也可以作动词，表示"被知道"。

　　例句1：Alam ko na. 我知道了。

　　例句2：Alam ng lahat na tayo ay sa bus sasakay.

　　　　　所有人都知道，我们将坐车去。

　　alam 可以加词缀，如果加上 pa- 则变成"再见"的意思。

第七课　我的家庭
Aralin 7　Ang Pamilya Ko

5. ba

　　ba一般放在主语的后面，遵循主语—谓语的顺序。

　　Sila ba ay aalis na?　他们现在要走了吗？

　　Ang babae ba ay mabait?　那个女人好吗？

　　Si Pedro ba ay marunong?　Pedro聪明吗？

　　Ako ba ay kakain?　我可以开始吃了吗？

　　Ang bata ba ay malinis?　那个孩子干净吗？

　　ba放在谓语的后面，问句是谓语—主语的形式。

　　Aalis ba sila?　他们要走吗？

　　Mabait ba ang babae?　那个女人好吗？

　　Marunong ba si Pedro?　Pedro聪明吗？

　　Kakain ba ako?　我可以开始吃了吗？

　　Malinis ba ang bata?　那个孩子干净吗？

　　同样的，在谓语—主语的句式中，ba直接加在疑问代词的后面。

　　Sino ba ang kasama mo?　谁是你的同伴？

　　Ano ba ang gusto mo?　你喜欢什么？

　　Alin ba ang bahay nila?　哪一个是他们的房子？

　　Saan ba kayo pupunta?　你去哪儿？

　　Kailan ba kayo aalis?　你什么时候走？

　　Magkano ba ito?　这个多少钱？

　　有一些疑问句型并不需要加入ba，但使用ba有强调和明确的作用。如果没有ba，一个问句也许会被误认为是陈述句，特别是当发音或表述不太清晰时。

　　Sila ay aalis na.　他们将离开了。

　　Sila ba ay aalis na?　他们将离开了吗？

　　单音节的词（例如ka, ko, mo, na, pa, din, daw, po等小品词）应该放在主语和谓语或ba的中间，除非它是修饰句子中的另外一个词。冠词不算在单音节词之内。

din（也）和daw（听说）接在以辅音结尾的单词后面。

rin（也）和raw（听说）接在以元音结尾的单词后面。

pa—仍然；更　　　　　　　na—已经

Aalis na ba sila?　他们就要离开了吗？

Aalis ka na ba?　你就要离开了吗？

Maganda rin ba ang kapatid mo?　你的兄/弟/姐/妹也很漂亮吗？

Malinis daw ba ang bata?　他们说那个孩子很干净，是吗？

Marumi raw ba ang anak ko?　他们说我的孩子很脏，是吗？

Marumi pa ba siya?　她/他仍然很脏吗？

在一个助动词和一个主要的动词之间，ba的后面要加上连接结构。

Gusto bang kumain ng bata?　那个孩子喜欢吃东西吗？

Ayaw bang magsalita si Peter?　Peter是不喜欢说话吗？

Ibig bang umalis ng lalaki?　那个男人想要离开吗？

在提问的时候，如果答案是"是"或"不是"，请在句子的末尾将声调提高；其他情况下，在句子的最后将声调降下来。

例子：

Aalis ka ba↗?　　　　　　Oo 或Hindi.

Sino ka ba↘?　　　　　　Si Mary.

6. Nag-iisa 的词根是isa，表示"唯一的、就一个"。

7. 菲律宾语中"有"与"没有"的表达方式。

在菲律宾语中表示"拥有"或"存在"可以用may和mayroon两个词。两个词的意思相同，只是在不同的句子结构中使用不同的词。当所有者在句中出现时，may和mayroon表达一种所有关系；当没有所有者时，表达存在的意思。

a. may和名词一起使用，名词的前面可以加修饰成分，也可以不加修饰成分。在may和名词之间不需要加上指示词。例如：

May kaibigan ako sa Tsina.

我在中国有一个朋友。（表示所有关系）

第七课　我的家庭

Aralin 7　Ang Pamilya Ko

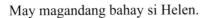

May magandang bahay si Helen.

海伦有一栋漂亮的房子。（表示所有关系）

May mga bulaklak sa hardin.

花园里有花。（表示存在，无拥有者）

May mayayamang tao sa Pilipinas.

菲律宾有富翁。（表示存在，无拥有者）

b. 在以下句子结构中则需要使用mayroon:

后面跟着小品词或者单音节词，例如：

Mayroon po ba kayong aklatan sa bahay?　你们家里有书房吗?

Mayroon ka bang bagong baro?　你有新衣服吗?

Mayroon din siyang bagong baro.　她也有新衣服。

Mayroon po ba kayong anak na babae?　您有女儿吗?

当后面有人称代词的主语形式，注意需要加上连接词，例如：

Mayroon akong mabait na ama.　我有一个好父亲。

Mayroon kaming bagong guro.　我们有一位新老师。

Mayroon ka bang sakit?　你生病了吗?

mayroon还可以用来表示肯定的回答，此时不能用may直接回答，例如：

May bagong baro ka ba?

Oo, mayroon.

否定回答由wala表示，意思是没有，不能用hindi回答任何以may或mayroon提出的问题。例如：

提问：May bagong baro ka ba?

回答：Wala.

替代may的位置表示"没有"的时候，wala需要变成walang；而替代mayroon的位置表示"没有"的时候，wala不用发生变化。

Walang bulaklak sa hardin. (May…)　花园里没有花。

Walang masarap na pagkain dito. (May…)

这里没有美味的食品。

Wala akong anak na babae.(Mayroon…)　我没有女儿。

Wala rin siyang bagong baro. (Mayroon…)　她也没有新衣服。

语法　Balarila

陈述句的句式结构（二）

一、主语的标志

在上面的句子中我们注意到在名词主语前面分别使用了ang、ang mga、si和sina 四个词。这些词就是主语的标志。菲律宾语的名词主语是由主语标志加上名词共同构成的，凡是使用名词作为主语时必须要使用各种主语标志，把这些标志加在作为主语的人名、物名和地名前面，从而构成一个完整的主语。注意，相应的代词主语并不需要这些标志，而是直接使用人称代词或指示代词。这些主语的标志不仅使用在陈述句中，也用在感叹句和疑问句中构成名词主语。总之，菲律宾语的名词主语中总有这些词，只是在少数直接的对话和命令语句中可以不使用。根据使用情况和单复数的区别，主语的标志可以分为两组——一般名词和特殊名词，以及两类——单数和复数。一般名词前使用ang和ang mga，ang用于单数的物或地点做主语，ang mga用于复数的物或地点做主语；人名类的特殊名词前用si和sina，si用于单个人名做主语，sina用于多个人名做主语。它们语法上的归属如下：

名词类型 \ 单复数	单数	复数
一般名词	ang	ang mga
特殊名词	si	sina

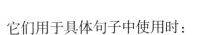

第七课 我的家庭
Aralin 7　Ang Pamilya Ko

它们用于具体句子中使用时：

1. ang + 一般名词单数

   Maganda ang damit.　衣服很漂亮。

2. ang mga + 一般名词复数

   Naglalaro ang mga bata.　孩子们在嬉戏。

3. si + 特殊名词单数

   Mataba si Juan.　胡安很胖。

4. sina + 特殊名词复数

   Mga guro sina Marcos at Joseph.　马科斯和约瑟夫都是老师。

注意，特殊名词中只有人名才使用si和sina。sina在使用时，后面直接加上两个或多个人名，若是两个人名就是sina + 人名A + at + 人名B；若是多个人名，人名间就用逗号隔开，并在最后一个人名前用连词at，比如sina Lito, James, Frank at Ato。而地名、国名等特殊名词仍使用ang和ang mga。比如：

Magandang bansa ang Pilipinas.　菲律宾是美丽的国家。

Punong-lunsod ng Tsina ang Beijing.　北京是中国的首都。

但是一些表示称呼和职位的一般名词在特定的语境中也用si或sina，实际上是用这些称呼和职位来指代所指人的具体名字，所以也应视之为特殊名词。例如：

用称呼指代人名

Pumunta sa palengke si Nanay.　妈妈去市场了。

Naglalaro sina Ate at Kuya.　姐姐和哥哥正在一起玩。

用职位指代人名

Si Propesor, heto ang bahay ko.　教授，这就是我的家。

有时sina后面也可以直接跟单个的人名，表示的意思是"某人一家人"或者"某人和他／她的同伴们"，比如：

Naglalaro sina Peter sa palaruan.　彼得他们一群人正在操场玩。

Bibisita sina Ginoong Lopez sa aking bahay.

洛佩斯先生一家要来我家做客。

当然，当一些称呼或职位和人名合在一起用的时候，还应把其视为人名的一种，在它们的前面使用si和sina，比如si Ginoong Nebres，si Tiyo Juan，si Binibining Maria，si Propesor Lumbera。

二、宾语的标志

我们可以注意到上面的句子中在名词宾语前面分别使用了ng、ng mga、ni和nina 四个词。这些词就是宾语的标志，和主语标志的ang、ang mga、si和sina正好一一对应。菲律宾语的名词宾语是由这些宾语标志加上名词共同构成的，和主语标志一样，把这些标志加在作为宾语的人名、物名和地名前面，从而构成一个完整的宾语，而且相应的宾语代词并不需要这些标志，而是直接使用宾语人称代词或宾格指示代词。通常菲律宾语的名词宾语中总会出现这些词，只是在少数直接对话中可以不使用。和主语标志一样，根据使用情况和单复数的区别，宾语的标志可以分为两组——一般名词和特殊名词，以及两类——单数和复数。一般名词前使用ng和ng mga，ng用于单数的物或地点做宾语，ng mga用于复数的物或地点做宾语；特殊名词前用ni和nina，ni用于单个人名做宾语，nina用于多个人名做宾语。它们语法上的归属如下：

名词类型 \ 单复数	单数	复数
一般名词	ng	ng mga
特殊名词	ni	nina

它们用于具体句子中使用时也同样有四种情况：

1. ng + 一般名词单数

2. ng mga + 一般名词复数

3. ni + 特殊名词单数

4. nina + 特殊名词复数

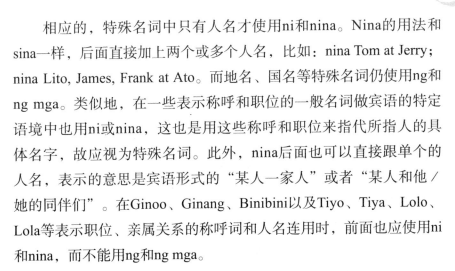

第七课　我的家庭

Aralin 7　Ang Pamilya Ko

相应的，特殊名词中只有人名才使用ni和nina。Nina的用法和sina一样，后面直接加上两个或多个人名，比如：nina Tom at Jerry；nina Lito, James, Frank at Ato。而地名、国名等特殊名词仍使用ng和ng mga。类似地，在一些表示称呼和职位的一般名词做宾语的特定语境中也用ni或nina，这也是用这些称呼和职位来指代所指人的具体名字，故应视为特殊名词。此外，nina后面也可以直接跟单个的人名，表示的意思是宾语形式的"某人一家人"或者"某人和他/她的同伴们"。在Ginoo、Ginang、Binibini以及Tiyo、Tiya、Lolo、Lola等表示职位、亲属关系的称呼词和人名连用时，前面也应使用ni和nina，而不能用ng和ng mga。

三、复数的标志

在上面的句子中还多次出现了mga。mga是菲律宾语中一种表示复数的标志。mga用于表示一般名词和一些代词的复数，在这里是做物名、地名的复数标识，具体用法是把mga直接加在所要引导的名词前面就构成复数。例如，bata（孩子）的复数就是mga bata（孩子们），所以，如果主语是一般名词的复数就用ang mga来引导后面的一般名词。而在谓语中使用复数时，只用 mga，而不用 ang mga引导。例如：

Ang mga bata ay sina Peter at Mary.（主谓句）

（这些）孩子们是彼得和玛丽。

Mga bata sina Peter at Mary.（谓主句）

彼得和玛丽都是孩子。

注意，第一个句子的主语是ang mga bata，而第二个句子的主语则是sina引导的部分。这两个句子还可以表述为：

Sina Peter at Mary ang mga bata.　彼得和玛丽都是孩子。

这个句子是主谓句，主语是sina Peter at Mary，ang mga bata并不是一个完整的成分，而是由ang和作为谓语的mga bata拼接在一起的，在这里是用ang取代了ay来连接主语和谓语。这个句子是由

基础菲律宾语（第一册）

"Sina Peter at Mary ay mga bata."变过来的，后面的这两个句子都是sina引导的部分做主语。

表示复数的办法还很多，mga用于引导名词和代词，是最常用的一种，其他方法我们将在以后逐一介绍。

练习　Pangkasanayan

1. 熟记家庭成员的单词。

mga magulang	父母
ama, tatay, itay	父亲
ina, nanay, inay	母亲
anak	孩子、儿子、女儿
anak na lalaki	儿子
anak na babae	女儿
kapatid na lalaki	兄弟
kapatid na babae	姐妹
kamag-anak	亲戚
magkapatid	（表）兄弟、（表）姐妹
kuya	对兄长的称呼
ate	对姐姐的称呼
pinsan	堂兄弟（或姐妹）、表兄弟（或姐妹）
tiyo	舅舅、叔伯、姑父、姨夫
tiya	婶婶、阿姨、姑、舅妈
pamangking babae	侄女/外甥女
pamangking lalaki	侄子/外甥
lolo	爷爷
lola	奶奶

第七课　我的家庭
Aralin 7　Ang Pamilya Ko

asawa	丈夫或妻子
hipag	丈夫或妻子的姊妹
bayaw	丈夫或妻子的兄弟
manugang	儿媳或女婿
ninong	教父
ninang	教母
inaanak	教子

2. 替换练习。

Ano	ito? iyan? iyon?	Libro	ito. iyan. iyon.

3. 将以下句子翻译成菲律宾语。

(1) 查尔斯王子是伊丽莎白女王的儿子。

(2) 这是总统的汽车。

(3) 那是女学生的书。

4. 填空。

1. Hindi _____ (namin/nina) alam ang tirahan ni Pedro.

2. Anak _____ _____ (ni/ng) Ginang Escasa si Lito.

3. Sino ang kapatid _____ (ng/ng mga) guro?

4. Nasa mesa ang pagkain _____ (ng/ni) mga bisita.

5. Bukas, narito ang guro _____ (niya/nina)

Donna去拜访在Batangas的一个朋友。[①]

Donna: Magandang araw po. Kumusta po kayo? Si Donna po ako. _____ ako ni Chit.

Host: Ikaw ba si Donna? Pasok ka. _____ ka pala. Ilan kayong _____?

Donna: Tatlo po. Ako, ang _____, si Eloisa ang pangalawa, at si Mila, ang _____. Lahat po kami walang asawa.

Host: Ganoon ba? Kumusta ang mga magulang mo?

Donna: Mabuti po naman sila. Kayo po, ilan po ang _____?

Host: Apat ang _____.

Donna: _____ ang may asawa?

Host: Isa lang _____ _____ _____. Si Zeny at dalawa kapatid na_____ _____ _____.Donna, magpalamig ka muna.

Donna: Maraming salamat po. Ang sarap nito! Kung gayon may _____ na pala kayo.

Host: Oo at maligaya naman ako!

Donna: Mabuti naman at nakilala ko kayo sa wakas.

Host: Ako rin!

[①] 资料来源：Corazon Salvacion Castle & Laurence McGonnell, *Teach Yourself Filipino (Tagalog)*, London: Hodder & Stoughton, 2000, pp. 98-99.

第七课 我的家庭

Aralin 7 Ang Pamilya Ko

5. 将相应的提问和回答连接起来。

1. Anak mo ba siya?	A. Oo. Asawa yata ni Azon si Jake.
2. Nasa silangan ng Pilipinas ang Davao?	B. Kuya.
3. Ano ang tawag sa matandang kapatid na lalaki?	C. Hindi. Sa tindahan tayo bumibili ng selyo.
4. Asawa kaya ni Azon si Jake?	D. Hindi. Hindi ko siya anak.
5. Sa ospital tayo bumibili ng selyo?	E. Hindi. Nasa timog ito.

6. 主语标志练习：用正确的主语标志填空。

(1) _____ aso at _____ bata ay malilinis.

(2) _____ aso at bata ay mababait.

(3) _____ bata sina Peter at Mary.

(4) _____ Peter at _____ Juan ay mabait at marunong.

(5) _____ Helen, Tom, Mary at John ay malilinis.

(6) Maganda _____ Helen at _____ bata.

(7) _____ Helen at Tom at _____ Mary at John ay _____ bata.

(8) _____ Tom ay mababait.

(9) _____ Amerika ay malaki.

(10) _____ Pilipinas ay maliit.

7. 用下列词汇造陈述句，并标出句子的类型。

用做主语	用做谓语
babae	maganda
lalaki	marunong
bata	matalino

bahay	mabuti
bansa	mabait
tubig	maliit
pagkain	malaki
bulaklak	mainit
mesa	malamig
silya	malinis
paaralan	bago
kotse	mura
lapis	mahal
papel	masarap
kape	malusog
isda	luma
araw	matanda
hangin	mataas
aklat	mababa
simbahan	mahirap
guro	tamad
Amerika	mayaman
Mary	pagod
Baguio	mataba
Dr. Rizal	payat

8. 加入ba使下列陈述句变为疑问句。

(1) Ang kaibigan ko ay si Herbert.

(2) Sila ay pupunta sa kapilya.

(3) Ako ay guro.

(4) Marunong ang Filipino ni Peter.

第七课　我的家庭
Aralin 7　Ang Pamilya Ko

(5) Siya ay mabait na bata.

(6) Ang magagandang bahay ay para sa kanila.

(7) Sila ay magsasalita sa radyo.

(8) Ang mga mababait ay sina Helen at Mary.

(9) Kakain ka na.

(10) Mabait din si Robert.

第八课 拜访朋友
Aralin 8 Pagdalaw sa Kaibigan

对话 Usapan

1. 李平和胡安在聊天。

Li Ping: Taga-Maynila ka pala?

Juan: Oo, kararating ko lang. Taga-Shanghai ka pala?

Li Ping: Taga-Shanghai nga. Nag-aaral ako ng Filipino. Puwede bang magtanong?

Juan: Sige.

Li Ping: Ano sa Filipino ang "smile"?

Juan: Ngiti.

Li Ping: Paano mo sasabihin sa Filipino ang "to smile"?

Juan: Ngumiti.

Li Ping: Juan, ang ganda mong ngumiti!

2. 王斌要去拜访Tina一家人，他有些紧张，不过Tina正要把他介绍给大家。

Tina: Halikayo, ito ang kaibigan ko na taga-Tsina.

Wang Bin: Magandang hapon sa inyong lahat. Si Wang Bin ako.

Tina: Ang nanay ko ito, si Teresita.

Teresita: Kumusta ka, Wang Bin?

第八课 拜访朋友
Aralin 8 Pagdalaw sa Kaibigan

Tina: Ang tatay ko ito, si Juan.
Juan: Kumusta ang Tsina?
Tina: At si Pinky at si Lovely, ang mga kapatid ko.
Pinky: Maligayang pagdating, Wang Bin.
Tina: At si Lolo at si Lola.
Wang Bin: Ikinagagalak ko kayong makilala!

3. 王斌把一件礼物送给Tina的父母Mr. & Mrs. Abiva。

Wang Bin: Para sa inyo ang regalong ito. Sana magustuhan ninyo.
Mrs. Abiva: Isang kahon ng tsokolate! Mukhang masarap! Maraming salamat, Wang Bin.
Wang Bin: Wala pong anuman. Para sa inyo naman ito.
Mr. Abiva: Ang paborito kong tabako buhat sa Inglatera! Maraming-maraming salamat na muli.
Wang Bin: Wala pong anuman .

单词表 Talasalitaan

taga	从……（地方）来
Maynila	马尼拉
pala	感叹词，表示突然意识到
kararating	刚刚到达
nag-aaral	学习

puwede	好,可以、可能
ba	疑问词
magtanong	提问题
sige	好,可以、再见
ngiti	微笑
sabihin	说、告诉、意思
ganda	美丽、漂亮
halikayo	(你们)过来吧
ito	这
kaibigan	朋友
ko	我的(属格)
Tsina	中国
sa inyong lahat	对/给你们大家
kapatid	兄弟姐妹
lolo	爷爷、姥爷
lola	奶奶、姥姥
ikinagagalak	高兴
makilala	认识
para sa	为了、给
inyo	你们,您(与格)
regalo	礼物
Magustuhan sana ninyo	希望你们喜欢
isa	一
kahon	盒子
tsokolate	巧克力
mukha	(看起来)像
masarap	美味的、可口的
Wala pong anuman	没关系

第八课　拜访朋友
Aralin 8　Pagdalaw sa Kaibigan

paborito	最喜欢的
tabako	烟草
buhat sa	从……（地方）
muli	再次

注释　Tala

1. taga-或taga表示"来自……"，放在专有名词前须加连接符。

    例句1：Siya'y taga-Shanghai.　他来自上海。（他是上海人。）

    例句2：Siya'y taga-probinsiya.　他来自外省。（他是外省人。）

2. Halikayo是Hali-（来）和kayo（你们）的合成词，表示"你们过来"，单数形式是halika，表示"你过来"。

3. regalo：表示礼物

    例句1：Gustung-gusto ko ang iyong regalo.　我非常喜欢你的礼物。

    例句2：Iyon ay isang magandang regalo.　那是一份好礼物。

4. Puwede ba 表示一种询问，意为"……可以吗？"

    例句1：Puwede ka bang makaalis mamayang gabi?

    　　　 你晚上能离开吗？

5. Sige是菲律宾中一个很常用的词，既可以表示再见，也可以表示"好、可以"。

6. sana：副词，在加上一个词或词组的时候表示：

    （1）一种愿望；（2）原来应该做而没有做的事情，即虚拟的语气。

    例句1：Sana'y sumikat ang araw.　我希望阳光明媚。

    例句2：Ako sana'y pumaroon kung pinakiusapan mo ako.

    　　　 如果你跟我说了，我就会去那里。

语法　Balarila

指示代词

指示代词是用于指代各种物的代词，有些时候也可以用来指代人。菲律宾语中指示代词较为丰富，并且每一组指示代词都有各自不同的表意作用，表示具体所指示东西或动作的针对性。它们在句子中可以担任不同成分，比如主语、宾语、形容词等。菲律宾语在指示的时候既考虑距离说话人的远近，又考虑距离听话人的远近；每一组指示代词都可以分为近指（离说话人近、听话人远）、远指（离听话人近、说话人远）、远指（离说话人和听话人都远）三种情况。其中最为基础的一组就是 ito、iyan、iyon，它们针对的都是事物或人本身。

一、ito、iyan 和 iyon

Ito 是指示靠说话人较近、距离听话人较远的事物或人，在中文就是"这，这个"的意思。Ito 可以用作主语，后面用 ay 或者 ang，如果后面和 ay 连用，则出于读音的考虑写成 ito'y。

　　Ito ay si Juan.（Ito'y …）　这是胡安。

　　Ito ang batang lalaki.　这是个男孩。

　　Ito ay bote.（Ito'y …）　这是瓶子。

　　Ito ang bote ng batang lalaki.　这是男孩的瓶子。

　　Maliit ito.　这个小。

　　Malaki ito.　这个大。

Iyan 是指示靠听话人较近、距离说话人较远的事物，在中文就是"那，那个"的意思。Iyan 可以用作主语，后面也是用 ay 或者 ang。

　　Iyan ay si Jenifer.　那是珍妮弗。

第八课　拜访朋友
Aralin 8　Pagdalaw sa Kaibigan

　　Iyan ang bulaklak.　　那是花。

　　Iyan ay bulaklak ni Jenifer.　　那是珍妮弗的花。

　　Marami iyan.　　那个很多。

　　Mainit iyan.　　那是热的。

　　Iyon是指示距离听话人和说话人都较远的事物，在中文也是"那，那个"的意思。注意iyon和iyan所指的"那、那个"不一样，中文中的"这"和"那"仅是从距离说话人远近的角度出发。Iyon也可以用作主语，后面用ay或者ang。

　　Iyon ay Ilog Pasig.　　那是巴石河。（马尼拉城中间的一条河）

　　Iyon ay mataas.　　那是高的。

　　Iyon ay bahay-kubo.

　　那是"库波"屋。（菲律宾的传统干栏式建筑）

　　Marumi iyon.　　那是脏的。

　　Malamig iyon.　　那是冷的。

二、复数形式的指示代词

　　单独使用的ito，iyan，和iyon都是单数形式的，它们作主语的时候已是完整的指示成分，并不需要用主语的标志ang来引导；而要表示复数形式要用ang来引导，并且使用复数的标志mga，即ang mga ito、ang mga iyan和ang mga iyon，它们分别表示"这些""那些"和"那些"。注意，在句首时，因为前面已使用ang mga，所以后面的谓语一般用ay引导，而不用ang。

　　Ang mga ito ay masasarap.　　这些是好吃的。

　　Ang mga iyan ay malalaki.　　那些是大的。

　　Ang mga iyon ay malilinis.　　那些是干净的。

三、指示代词作修饰语

　　此外，这些词也可以作为形容词用作句中主语的修饰语，作为对相应名词的限定成分，表示"这个的"和"那个的"，或者"这些的"和"那些的"。它们既可以放在所需限定的名词前面，也可以跟在后面。使用时这些词都要用相应的连接结构。通常，指示代词修饰语后置的情况较为多见。

单数修饰语

Malinis ang itong mesa. 　　　这张桌子是干净的。

或Malinis ang mesang ito.

Maganda ang iyang damit. 　　那件衣服是漂亮的。

或 Maganda ang barong iyan.

Malaki ang iyong bahay. 　　　那个房子是大的。

或Malaki ang bahay na iyon.

复数修饰语

在复数修饰语中必须使用mga，无论是指示代词修饰语前置还是后置，mga都紧靠在所修饰的名词之前。

Malinis ang itong mga mesa. 　　这些桌子是干净的。

或 Malinis ang mga mesang ito.

Maganda ang iyang mga damit. 　那些衣服是漂亮的。

或 Maganda ang mga barong iyan.

Malaki ang iyong mga bahay. 　　那些房子是大的。

或Malaki ang mga bahay na iyon.

日常表达中，指示代词后置修饰更常见；指示代词前置修饰时，可将主语标志词ang省略。

四、其他的指示代词

除了ito、iyan和iyon，还有一些类似的指示代词用于指代人称、事物和地点，它们的使用可以消除句中指代的单一性和重复性。这些指示代词共有五组，都是从ito、iyan和iyon中衍生出来的，分别用于指示事物的所有格、指示动作发生的地点、指示人或事物的地点、表示相互间的比较、指示事物的方向。它们也分三种近指和远指的情况，也是根据与说话者和听话者的距离远近来使用相应的指称。

第八课　拜访朋友

Aralin 8　Pagdalaw sa Kaibigan

1. ito、iyan和iyon用于指代句中作为主语的人、事物或者动作，表示"这个""那个"的意思：

Ito ay aking aklat.　这是我的书。

Iyan ang gusto ko.　那是我所喜欢的。

Iyon ang bahay ni Mary.　那是玛丽的房子。

2. nito、niyan和niyon用于指示事物的所有格，表示"这个人的""那个人的"的意思：

Ang bahay nito ay maganda.　这个（人的）房子是漂亮的。

Marunong ang anak niyan.　那个（人的）孩子是聪明的。

Ang kotse niyon ay bago.　那个（人的）车是新的。

3. dito、diyan和doon用于指示动作发生的地点，表示"在这里""在那里"的意思：

Dito tayo kumain.　让我们在这儿吃吧。

Diyan binaril si Rizal.　黎萨是在那儿被枪杀的。

Doon tayo pumunta.　让我们去那儿吧。

4. narito、nariyan和naroon用于指代人或事物所处的地点，表示"这里""那里"的意思：

Narito ang bahay namin.　这儿是我们的家。

Nariyan ang Rizal Park.　那儿是黎萨公园。

Naroon ang malaking simbahan.　那儿是大教堂。

5. ganito、ganyan和ganoon（gayon）用于表示事物相互间比较，表示"像这个……一样""像那个……一样"的意思：

Ganito ba ang gusto mong baro?　你喜欢的衣服就是这样的吗？

Ganyan kalaki ang bahay nila.　他们的房子就是那么大。

Ganoon（gayon）ba ang kotseng bibilhin mo?

你要买的车就是那个样子吗？

6. heto、hayan和hayon(hayun)用于指示视野范围内的事物所处的方向或地点，表示"在这个方向""在那个方向"的意思：

Heto（Eto）ang bahay namin.　这是我家。

Hayan（Ayan）ang Ospital Heneral.　那是总医院。

Hayon（Ayun）si Peter!　那是彼得。

练习　Pangkasanayan

1 熟读以下句子，并理解句子的意思。

　　Taga-saan po kayo?

　　Pilipino po ba kayo?/ Pilipino ka ba?

　　Ano po ang pangalan ninyo?

　　Ito po si Maria.

　　Kilala mo ba si Anna?

　　Ilang taon ka na?

　　Dalawampu't limang taon na ako.

　　Ito ang asawa ko.

　　Nakapagsasalita po ba kayo ng Filipino?

　　Kaunti po.

　　Nakapag-aral ako ng kaunting Filipino.

　　Pero hindi masyadong mahusay ang aking Filipino.

　　Nakatira ako sa Binondo.

2. 替换练习。[①]

　　　bibingka　　tanawin　　mag-anak　　trak　　pasalubong

　　(1) Pupunta ang _____ sa lalawigan.

　　(2) Sasakay sila sa _____.

　　(3) Makikita nila ang magagandang _____ .

---

① 参见：Leonida C. Plama, *Sining ng Komunicasyon 3: Balarila Pangmababang Paaralan*, Manila: National Book Store Inc., 1978, p. 7.

第八课 拜访朋友
Aralin 8 Pagdalaw sa Kaibigan

(4) Magdadala sila ng mga _____ .

(5) Bibili sila ng _____ para makain sa daan.

    lalawigan   ilog   kamag-anak   lola   dulang

(1) Dumating na sila sa _____ .

(2) Nagmano ang mga bata sa lolo at _____ .

(3) Galak na galak ang kanilang mga _____ .

(4) Kumain sila sa _____ .

(5) Nagpasyal sila sa tabing _____ .

3. 将以下句子翻译成菲律宾语。

(1) 我来自山东，我在那里上中学。

(2) 这是送给你的书，希望你喜欢。

(3) 我最喜欢的运动是足球。

(4) 这是我们新来的老师，上课第一天，他就给我们带了一份礼物。

(5) 请问菲律宾语中"你好"怎么说？

4. 选择填空。

(1) Ang (panadero, panaderya) ay bilihan ng tinapay.

(2) Nagtatago ng pera sa (bangko, bangka) ang mga tao.

(3) Sa (butiki, botika) bumibili ng gamot.

(4) Ang mga tao ay nananalangin sa (simbahan, sabungan).

(5) Tatawag ako ng pulis sa (presinto, prisinta).

(6) Ang bapor ay tumigil sa (piyer, pitsel).

(7) Nagpapaayos ng buhok ang babae sa (pakulutan, pakuluan).

(8) Bumili ang nanay ng gatas sa (tindahan, tahanan).

(9) Dinala ang maysakit sa (orasan, ospital).

(10) Nagpagupit ang tatay sa (barberya, panaderya).

5. 按句型各造五个句子。

(1) Ito 做主语

　　Iyan 做主语

　　Iyon 做主语

(2) Ito 做主语修饰语

　　Iyan 做主语修饰语

　　Iyon 做主语修饰语

6. 翻译下列句子并按照以下的句型来造句。

(1) Ito ay aklat ko.

(2) Ang aklat na ito ay mabuti.

(3) Iyon ay bahay na malaki.

(4) Ang malaking bahay na iyan ay mahal.

(5) Malinis ang paaralang iyon.

阅读　Pagbabasa

Sulat Sa Isang Kaibigan

　　Tinanggap ko ang isang sulat kahapon. Ito ay galing sa aking kaibigan sa Estados Unidos. Sinabi niya na siya raw ay mabuti at malusog. Nagtuturo raw siya sa isang unibersidad sa aming bayan. Tinatanong niya kung kami ay masaya rito sa Pilipinas. Tinatanong din niya kung nag-aaral na ang aming mga anak sa Maynila. Maraming-marami siyang balita para sa akin tungkol sa mga kaibigan ko sa aming bayan.

　　Siya ay sasagutin ko bukas. Sasabihin ko sa kanya na kami ay mabuti naman dito sa Pilipinas. Sasabihin ko sa kanya ang aming mga

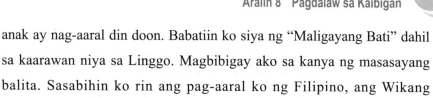

anak ay nag-aaral din doon. Babatiin ko siya ng "Maligayang Bati" dahil sa kaarawan niya sa Linggo. Magbibigay ako sa kanya ng masasayang balita. Sasabihin ko rin ang pag-aaral ko ng Filipino, ang Wikang Pambansa ng Pilipinas.

Marahil ay gusto niyang makita ang Maynila. Magpapadala ako sa kanya ng mga larawan ng Post Office at ng Manila Sunset.

Ihuhulog ko ang aking sulat sa Post Office ngayon. Ito ay ipadadala ko sa Air Mail. Tatanggapin niya ito pagkatapos ng ilang araw. Marahil siya ay sasagot sa akin kaagad.

第九课 在商店里
Aralin 9　Sa Tindahan

对话　Mga Usapan

1. Tina买了一件T恤，可是太小了，于是她回到商店去换一件大一点的。

Tindera:　Magandang hapon po. Ano ang maipaglilingkod ko sa inyo?

Tina:　Magandang hapon naman. Itong T-shirt na binili ko dito, maliit sa akin. Size L lang ito.

Tindera:　Ganoon po ba? Sa inyo po ba? Ano pong size ninyo?

Tina:　Size XXL ako. Oo sa akin. May XXL ba kayo?

Tindera:　Sa palagay ko po mayroon. Sumunod po kayo sa akin sa T-shirt department. Dito po ba ninyo kinuha iyan?

Tina:　Oo. Dito sa lugar na ito.

Tindera:　Pumili po kayo ng size ninyo at papalitan namin iyan.

Tina:　Maraming salamat.

Tindera:　Wala pong anuman.

第九课　在商店里
Aralin 9　Sa Tindahan

2. 菲律宾有很多卖各种食品和杂货的小店，这种便利店被称作"sarisari store"。王斌正在一个当地的便利店里买东西。

Wang Bin: Tao po?

Owner: Magandang hapon po.

Wang Bin: Magandang hapon po naman. May sobre ba kayo?

Owner: Mayroon po, maliit po ba o malaki?

Wang Bin: Iyong maliit lang. Magkano naman?

Owner: Limang piso po isang dosena.

Wang Bin: O sige, isang dosena nga. At ang bolpen?

Owner: Heto Po. Disi-otso pesos po lahat-lahat. Ano pa po sir?

Wang Bin: Iyan lang. Heto ang bayad ko.

Owner: Salamat po.

3. Lito和王斌到一家专门卖菲律宾手工艺品的商店买一些纪念品。

Wang Bin: Maganda ang mga panyolito, pamaypay at burdadong napkin na ito. Bibili ako ng isang dosenang panyolito.

Lito: Tama. Para kanino ang mga panyolito?

Wang Bin: Para sa mga ka-opisina ko.

Lito: Kanino ang mga pamaypay?

Wang Bin: Sa akin. Bibili ako ng tatlo.

Lito: Bibili naman ako ng laruang Jeepney.

Wang Bin: Kanino ang laruang Jeepney?

Lito: Kanino pa? Di sa akin at kay Roy.

Wang Bin: Kanino naman ang burdadong napkins?
Lito: Sa kapitbahay natin. Pasalubong!
Wang Bin: Tama.

4. 王斌到了一个自由市场买东西，他开始和一个售货员讨价还价起来。

Tindera: Bili na, bili na. Murang-mura.
Wang Bin: Magkakano ang mga sombrero?
Tindera: Sir mura lang po, tig-isang daan limampung piso lang.
Wang Bin: Mura? Kay mahal nga eh!
Tindera: Aba, maganda po iyan. Buntal po, tingnan ninyo, isukat po ninyo.
Wang Bin: (Isinukat) Medyo maliit. Wala bang tawad?
Tindera: Mura na po. Magkano ba ang gusto ninyo?
Wang Bin: Setenta y singko pesos.
Tindera: Kayo naman! Hindi po. Malulugi po ako. Sige, siyento beinte pesos po.

第九课 在商店里
Aralin 9 Sa Tindahan

Wang Bin: Eto lang ang pera ho, otsenta pesos.

Tindera: Isandaan po, mura na po iyan.

Wang Bin: Otsenta lang talaga.

Tindera: Nobenta po, mayaman naman kayo.

Wang Bin: O, sige, otsenta y singko, kung hindi, hindi na bale.

Tindera: Sige na po, otsenta y singko.

Wang Bin: Salamat, eto ang bayad ko.

5. 王斌在银行换外汇。

Teller: Magandang umaga po. Ano po ang maipaglilingkod ko sa inyo?

Wang Bin: Magandang umaga naman. Gusto kong magpapalit ng sterling pounds.

Teller: Magkano po?

Wang Bin: Limandaang sterling pounds. Magkano ba ang palit?

Teller: Sisenta y otso pesos po sa isang sterling pound.

Wang Bin: O sige. Heto. (Iniabot)

Teller: (Bumilang). O, heto po ang pera at resibo ninyo.

Wang Bin: Magpapalit din ba kayo ng travellers cheques?

Teller: Opo. Pero sisenta pesos po ang palit. Kailangan po namin ang pasaporte ninyo.

Wang Bin: Heto ang travellers cheques at ang pasaporte ko.

Teller: Sige po, pirmahan lang po ninyo ang mga tseke.

Wang Bin: Salamat.

单词表 Talasalitaan

tindera	售货员
maipaglilingkod	服务
maliit	小的
ganoon	像那样
may	有
palagay	观点、知识
sumunod	跟随
dito	这里
kinuha	取、拿
lugar	地点
pumili	挑选
papalitan	改变，调换
mayroon	有（用于回答问题）
sobre	信封
malaki	大的
magkano	多少钱
limang piso	5比索
isang dosena	一打
sige	好的
at	和，而且
bolpen	圆珠笔
heto	在这里，就这个
disi-otso pesos	18比索
lahat-lahat	全部
bayad ko	我的钱

第九课　在商店里
Aralin 9　Sa Tindahan

panyolito	手巾、手帕
pamaypay	折扇
burdado	刺绣的
napkin	纸巾
bili	买
tama	正确
para kanino	给谁
ka-opisina	办公室同事
kanino	谁的
tatlo	三
laruan	玩具
jeepney	吉普尼，菲律宾的一种交通工具
kapitbahay	邻居
pasalubong	小礼物、礼物
bili na	（来）买
murang-mura	非常便宜
sombrero	帽子
tig-isang daan limampung piso	150比索一个
Kay mahal nga	实在是太贵了
buntal	一种棕榈树的纤维
tingnan ninyo	您/你们看看
isukat ninyo	您/你们试试（试穿一下）
medyo maliit	有点小
wala bang tawad?	没有折扣吗？
gusto ninyo	您喜欢
kayo naman	您啊
malulugi	赔本
eto lang	（我）这里只有

talaga	真的
Mayaman naman kayo	您还是很有钱的
O, sige	好吧
kung hindi	否则
Hindi na bale	那就算了
Ano po ang maipaglilingkod ko	我能为您做些什么
Gusto kong magpapalit ng	我要换（外汇）
ang palit	汇率
... sa isang...	……比一……
iniabot	递给
bumilang	数
pera at resibo ninyo	您/你们的钱和收据
magpapalit din ba kayo	您/你们还兑换
kailangan po namin	我们要
pasaporte ninyo	您/你们的护照
pirmahan lang	请签字吧
ang mga tseke	支票（复数）

注释 Tala

1. Ano ang maipaglilingkod ko sa inyo? 表示"我能为您做些什么？""您需要什么帮助吗？"的意思。maipaglilingkod词根为lingkod，原意为"佣人、奴隶"，maipalilingkod表示"能够提供……服务"的意思。

2. Sa palagay ko po. 表示"据我所知""在我看来"的意思。

3. pumili词根为pili，表示"选择、挑出"，也可以加上-in词缀。

   例句1：Pumili siya ng bagong damit para sa sayawan.
   她为舞会挑了一件新衣服。

第九课 在商店里
Aralin 9 Sa Tindahan

例句2：Pumili ka ng gusto mo.　选出你所喜欢的。

例句3：Pinili ng guro si Juan.　老师挑选了胡安。

4. Eto ang bayad ko表示"这是我的钱"或者"给你我的钱"。bayad表示"费用"

例句1：Dalawampung piso ang bayad sa doktor sa bawa't dalaw.

每次看医生的诊费是20比索。

例句2：Buwanang bayad na sampung piso

每个月10比索的费用

5. kanino：谁的

例句1：Kaninong lapis ito? 这是谁的铅笔？

Para kanino："给谁、为谁"

语法　Balarila

数词和数词的运用（一）

菲律宾语的数词包括基数词和序数词两大部分，其他还有一些表示分数、约数、时间等的相关用法。

一、基数词：

基数词是菲律宾语数词的基础。序数词、分数、约数、时间等相关的用法都是对基数词加以适当变换而衍生出来的。此外，需要注意菲律宾人在使用数词时有独特的语言习惯，即菲律宾语、西班牙语以及英语的数词都在菲律宾人的日常生活中得到使用，但是它们在使用上有较明确的分工，各自使用在不同的场合。所以我们在具体使用时不仅要掌握菲律宾语的数词本身，还要贴近菲律宾人在特定情况下使用不同语言数词的语言习惯。

1. 最基本的基数词是一到十，十以上的基数词都是在此基础上演变而成：

基础菲律宾语（第一册）

菲律宾语	西班牙语	阿拉伯数字
isa	uno	1
dalawa	dos	2
tatlo	tres	3
apat	kuwatro	4
lima	singko	5
anim	sais / seis	6
pito	siyete	7
walo	otso	8
siyam	nuwebe	9
sampu	diyes	10

　　上述的西班牙语数词是按照菲律宾语的发音习惯来拼写的，和西班牙语中的数词有一定差异，但这一拼法对于菲律宾人已是约定俗成。

　　菲律宾语数词和名词相连时需要使用相应地连接结构。比如，一个孩子，isang bata；三个苹果，tatlong mansanas；六本书，anim na aklat；四颗星星，apat na bituin。

　　2. 十一到十九是通过在一到九前相应地加上前缀labing – 而构成。注意，根据一到九每个词首字母的不同，词缀labing本身也要做相应的变换。凡是以元音开头的，直接加上labing –；以d、l、s、t开头的，都把labing的词尾ng改为n；以b、p开头的，都把labing的词尾ng改为m。实际上，这一变化规则是出于连读时发音方便而产生的。这种在添加词缀时根据被加词的词头或词尾而对前缀的词尾或后缀的首字母进行变换的现象，在菲律宾语中相当常见。

第九课　在商店里
Aralin 9　Sa Tindahan

菲律宾语	西班牙语	阿拉伯数字
labing-isa	onse	11
labindalawa	dose	12
labintatlo	trese	13
labing-apat	katorse	14
labinlima	kinse	15
labing-anim	disiseis/disisais	16
labimpito	disisiyete	17
labingwalo	disiotso	18
labinsiyam	disinuwebe	19

3．二十、三十等整十的数字是组合变换而成的。即在表示"十"的后缀pu前，添加相应的个位数词，并根据被加词的词尾而在其后添加连接结构，并对连接结构进行相应的变换，如果是-ng就变为m（参见上面的变音规则b、p前的ng要变成m），如果是na就直接联结起来。比如dalawampu可以理解为dalawang pu两个含有连接结构的词结合而成，并把p前的ng变成m；apatnapu可以理解为apat na pu三个包括连接结构的词联结而成。

菲律宾语	西班牙语	阿拉伯数字
dalawampu	beinte	20
tatlumpu	treinta	30
apatnapu	kuwarenta	40
limampu	singkuwenta	50
animnapu	sesenta/sisenta	60
pitumpu	setenta/sitenta	70
walumpu	otsenta	80
siyamnapu	nobenta	90

4. 二十以上带有个位数的两位数是由整十的数词和个位数词相连，中间再加上at连接构成。注意，因为整十的数词都以pu结尾，at必须缩写成't。

菲律宾语	西班牙语	阿拉伯数字
dalawampu't isa	beinte uno	21
dalawampu't lima	beinte singko	25
tatlumpu't anim	treinta y seis	36
apatnapu't pito	kuwarenta y siyete	47
limampu't walo	singkuwenta y otso	58

5. 整百整千的数词用个位数词和表示"百"的位数词daan和表示"千"的位数词libo联合而成，中间要加上连接结构-ng或na。注意，daan在na后要变成raan。如果是整千后又有整百的数词，则是把整千和整百分别写出后中间加以at连接。

菲律宾语	西班牙语	阿拉伯数字
sandaan	siyento	100
dalawang daan	dosiyentos	200
apat na raan	kuwatro siyentos	400
sanlibo	mil	1 000
tatlong libo	/	3 000
anim na libo	/	6 000
walong libo at limang daan	/	8 500
labindalawang libo at tatlong daan	/	12 300
isang milyon at dalawang daang libo	/	1 200 000

注意，习惯上很少用isang daan、isang libo，在较为简短的数词中一般都缩写成sandaan、isandaan、sanlibo、isanlibo。此外，万、百万等词也有专用的位数词词汇，比如，"万"是laksa，"十万"是yuta，"百万"是angaw。但这些词汇菲律宾人的语言习惯中是极

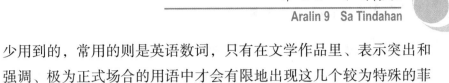

第九课　在商店里
Aralin 9　Sa Tindahan

少用到的，常用的则是英语数词，只有在文学作品里、表示突出和强调、极为正式场合的用语中才会有限地出现这几个较为特殊的菲律宾语位数词。

6. 多位数数词表示时，就是把数词每一个位数上的词都按照数字和位数词依次表示出来，然后在最后两个位数之间加上at，最后连接在一起；注意，如果at连接的前一个词以元音结尾，也需要缩写成't；一般情况下，一个多位数中只会出现一个at或者't。五位数以上的多位数表示时，每三个位数为一组，分别以十亿（bilyon）、百万（milyon）、千（libo）为基准，在每个基准的组中，再以百、十、个为单位依次表述；注意，在作为基准的bilyon、milyon和libo后面使用连接结构-ng。此外在口语中为了简化，大数目多位数也可以直接从最高位开始逐个读数字来表示。

菲律宾语	西班牙语	阿拉伯数字
sandaa't sampu	siyento diyes	110
dalawang daan limampu't apat	/	254
pitong daan at apatnapu	/	740
isang libo siyam na raan siyamnapu't walo	/	1 998
dalawang libo at sampu	/	2 010
dalawang libo tatlong daan apatnapu't lima	/	2 345
apat na libo tatlumpu't walo	/	4 038
anim na libo dalawang daan at tatlo	/	6 203
isang milyong pitong daan at dalawampung libong tatlong daan animnapu't isa	/	1 720 361
labintatlong bilyong limang daan at walong milyong tatlong daan apatnapu't pitong libo at labing-isa	/	13 508 347 011

7. 菲律宾人在日常生活中区别使用不同语言的数词,菲律宾语数词的使用是受限制的。事实上,他们在实际生活中有着较为多样的语用习惯,菲律宾语、英语和西班牙语三种语言的数词都在不同范围内得到了不同程度的使用。菲律宾人在不同语言数词的具体使用的习惯上有着不小的个体差异,可以说是本着适用的标准,怎么方便顺口就怎么用。所以这里只能是针对通常的一般性大原则加以简单的归纳,具体的各种使用习惯还需要读者在与菲律宾人的日常交往中总结积累。

通常英语和菲律宾语的数词使用得最为广泛,尤其是英语数词,可以使用在一切说到数字的地方,尽管在表示较小、较简短的数字时,菲律宾语数词可能更为人们所偏好。菲律宾语数词在一百以内以及整百整千的范围内,占据日常使用的统治性地位。在非整百整千的三位数和四位数范围中,因为菲语数词结构较为繁琐、冗长,所以用得较少,而是较多地偏向于使用英语数词,只有在文学作品的书面语中、在必须使用书面语的正式、庄严的场合中、表示对某个数字的突出或者强调等倾向于使用书面语的情况下,才会用到菲律宾语数词。而在表示五位数以上的其他多位数时,基本上都使用相对较为简短的英语数词表示大数目的多位数,复杂的菲律宾语数词极少出现。西班牙语数词在今天的菲律宾已经用得较少了,通常只是在买卖商品的交易中用来表示价钱数,或者用于表示小时、分钟的具体时间。

8. 基数词在陈述句和疑问句中的运用。针对基数词提问的疑问词应该用ilan。

Ang tatlo at siyam ay labindalawa.　3加9等于12。

Marunong ang apat na kapatid ko.

我的4个兄弟(或/和姐妹)很聪明。

Umawit ang dalawampung tao sa dula.　20个人在戏剧中演唱。

第九课 在商店里

Aralin 9 Sa Tindahan

May mga dalawang daang bata ang nag-aaral dito.
大约二百个孩子在这儿学习。
Ilang taon ka na? 你多大了?
Ako ay dalawampu't tatlong taon na. 我已经23岁了。

二、序数词:

菲律宾语的序数词可以按照两种不同的方式,在基数词前添加前缀、并作相应变换而构成。第一种是用前缀ika-,后面跟上相应的原型数词。第二种则是用前缀pang-。注意,要根据后面所跟数词的首字母做相应的变化:凡是以元音开头的,加上pang-;以d、l、s、t开头的,都把pang的词尾ng改为n;以p开头的,都把pang的词尾ng改为m。"第一"是特例,只有una一种表示方式,有时也有pang-una的说法;"第二"和"第三"在词缀连接时需要省略原型数词的第一个音节或首字母,分别变成ikalawa和ikatlo,以及pangalawa和pangatlo。

序数词	ika-前缀	pang-前缀
第一	una	una / pang-una
第二	ikalawa	pangalawa
第三	ikatlo	pangatlo
第四	ikaapat	pang-apat
第五	ikalima	panlima
第六	ikaanim	pang-anim
第七	ikapito	pampito
第八	ikawalo	pangwalo
第九	ikasiyam	pansiyam
第十	ikasampu	pansampu
第十一	ikalabing-isa	panlabing-isa
第十五	ikalabinlima	panlabinlima
第二十	ikadalawampu	pandalawampu

基础菲律宾语（第一册）

序数词	ika-前缀	pang-前缀
第一百	ikasandaan	pang-sandaan
第二百	ikalawandaan	pangalawandaan
第三百	ikatlondaan	pangatlondaan
最后	huli / pangwakas / katapusan	

　　序数词在陈述句和疑问句中的运用。注意，针对序数词提问的疑问词应该用pang-ilan或ikailan。

　　Ikailan/Pang-ilan kang anak?　你（在家里）是老几？

　　Ako'y ikalima/panlima.　我是老五。

　　Sino ba ang una?　谁是第一？

　　Si Pedro ang una.　彼得是第一。

　　Ikaw ba ay panganay?　你是长子吗？

　　Hindi. Ako ay bunso.　不。我是老小。

　　Siya ang nasa ika-anim na grado.　他上六年级。

练习　Pangkasanayan

1. 分别用表示时间和地点的短语完成以下句子。

　　(1) Bibili si Roy ng sorbetes _____.

　　(2) Maliligo ka ba _____.

　　(3) Naglalaro sina Eileen _____.

　　(4) Tumatakbo ang mga sasakyan _____.

　　(5) Narito ang mga magulang ni Elizabeth _____.

　　(6) Maraming bituin _____.

　　(7) Mainit ang oras _____.

　　(8) Pupunta si Jayne at si John dito _____.

第九课　在商店里
Aralin 9　Sa Tindahan

2. 将下面的单词连成一个句子。

   (1) maletang/ito/ang/sa akin

   (2) sa bata/bisikleta/ang/ba

   (3) ang/jeepney/bagong/sa kanila

   (4) sa/iyan/hindi/iyo

   (5) tsinelas/Beth/ang/kay

   (6) ito/kina/ba/Philip

3. 将以下句子翻译成菲律宾语。

   (1) 这个黑色的包是Paul的。

   (2) 昨天我们没在家。

   (3) 你会来参加我的生日晚会吗?

   (4) 他是这家店的经理吗?

4. 熟读以下句子。

   Magkano ang barong iyan?

   Pitong piso.

   Mahal iyan.

   Hindi. Mura na.

   Mayroon bang tawad?

   Mapapautang mo ba ako ng dalawampung piso?

   Bumili ako ng bagong sapatos, bag at damit.

   Magkano ang bili mo sa mga iyan?

   Limandaan at limampung piso lahat.

   Apat na piso lang ang natira sa pitaka ko.

   Malaki ang suweldo ko sa trabahong ito, kuwarenta pesos isang oras.

   Saan kami pupunta upang mamili?

   Gusto kong bumili ng pantalon/relo.

Napakabait mo!

Mayroon bang mas malaki/maliit diyan?

Saan ako makabibili ng pasalubong?

Puwede bang gamitin ang card?

May discount card ka ba?

5. 填空。

Mga Pasalubong

　　Si Mila ay isang balikbayan mula sa Amerika. Siya ay sinalubong ng kanyang mga pamilya sa *airport*. Marami siyang dalang pasalubong para sa kanyang mga kaibigan at pamilya. Ang pagbibigay ng pasalubong ay isang kaugaliang Pilipino, kaya namili siya ng maraming pasalubong bago siya umuwi ng Pilipinas. Ang mga sumusunod na pasalubong ang kanyang dala:

(1) _____ (watches) para kina Tatay, Rudy at Lito;

(2) _____ (towels) para sa kanyang mga pinsan;

(3) _____ (chocolates) para sa kanyang mga pamangkin;

(4) _____ (dresses) para sa kanyang nanay at ate;

(5) _____ (books) para sa kanyang mga inaanak;

(6) _____ (fruits) para sa mga kaibigan;

(7) _____ (perfume) para sa mga pinsan;

(8) _____ (bath soap) para sa mga kapitbahay;

(9) _____ (bed sheets) para sa mga iba pang kapatid;

(10) _____ (toys) para sa mga anak ng kapitbahay.

　　Kung ikaw ay magbabalikbayan, mamimili ka rin ba ng pasalubong? Anong pasalubong ang iyong ipamimigay? Bibili ka rin ba ng mga damit, pabango, prutas, relo, tuwalya, at mga pagkain?

第九课 在商店里
Aralin 9　Sa Tindahan

阅读　Pagbabasa[①]

对话1：市场

Julia:　　Magkano ang isang kilong mansanas?

Tindera: Uy, suki! Singkuwenta pesos lang.

Julia:　　Ang mahal naman!

Tindera: Mura na iyon.

Julia:　　Wala na bang tawad?

Tindera: Tumawad ka.

Julia:　　Treinta pesos na lang.

Tindera: Malulugi naman ako. Malaki ang puhunan sa mansanas, maliit ang tubo.

Julia:　　Ibibigay mo ba sa tawad ko?

Tindera: Kunin mo sa kuwarenta y dos ang isang kilo.

Julia:　　Bigyan mo ako ng tatlong kilo. Magkano naman ang piling ng saging?

Tindera: Beinte pesos, tapat na.

Julia:　　Bigyan mo ako ng dalawang piling. Pakikuwenta nga ang napamili ko.

Tindera: Siyento sisenta y sais lahat.

Julia:　　Tawad na ang piso. Heto ang bayad ko.

Tindera: Sige. Dos siyentos ang ibinigay mo sa akin. Heto ang treinta y singkong sukli.

Julia:　　Salamat.

Tindera: Salamat din. Balik ka, ha.

---

① 以下阅读材料来自菲律宾外教 Jenneth Candor 的课堂讲义。

对话2：服装店

Julia: Uy, Cora, tingnan mo! Kay gandang bestida!

Cora: Oo nga, babagay sa iyo. Itong pantalon kaya, bagay sa akin?

Julia: Halika isukat natin. Ale, maaari bang magsukat ng mga ito?

Tindera: Maaari. Dito ang sukatan.

Julia: Bagay ba, Cora?

Cora: Sukat na sukat sa iyo. Kunin mo na? Medyo mahaba ang pantalong ito pero kasya naman sa akin.

Julia: Paputulan mo na lamang. (sa tindera) Ale, magkano ang bestidang ito?

Tindera: Limang daang piso.

Cora: Itong pantalon, magkano?

Tindera: Pitong daan at limampung piso.

Cora: Ang mahal naman! Wala bang tawad?

Julia: Kung kukunin namin ang bestida at pantalon, magkano mo ibibigay sa amin ang mga ito?

Tindera: Isang libo't isang daang piso na lamang. May tawad na isang daan at limampung piso.

Cora: Isang libo na lamang. Apat na raan para sa bestida at anim na raan para sa pantalon.

Tindera: Naku malulugi ako. Wala pa sa puhunan.

Julia: Sige na, Ale. Ibigay mo na sa tawad namin.

Tindera: O sige. Dahil kayo ang buena mano ko, ibibigay ko na. Sana suwerte kayong buena mano.

Julia: Salamat. Heto ang bayad namin. Eksaktong sanlibo.

Cora: Salamat ho. Dyan na kayo.

Tindera: Salamat din. Balik kayo ha.

第十课 在饭店里
Aralin 10　Sa Restawran

对话　Usapan①

王斌、Pedro和Tina要去Kamayan饭店吃饭。

Waiter:　Magandang gabi po. Maligayang pagdating sa Kamayan.

Wang Bin: May mesa ba kayo para sa tatlo?

Waiter:　Mayroon po. Heto po ang mesa ninyo.

Wang Bin: Salamat. (Naupo sila)

Waiter:　Sir, heto po ang menu namin. Ano po ang gusto ninyong inumin?

Wang Bin: Sandali lang. Tina?

Tina:　Malamig na tubig lang muna. May mineral water ba kayo?

Waiter:　Mayroon po. Kayo po sir?

Wang Bin: San Miguel beer.

Waiter:　(kay Pedro) Sa inyo po, sir?

Pedro:　White wine ang sa akin.

Waiter:　Okey po. Pulutan sir, gusto po ba ninyo?

Tina:　Oo. Ano ang pulutan ninyo?

Waiter:　Tapa at litson po. Isang

---

① 资料来源：Corazon Salvacion Castle & Laurence McGonnell, *Tagalog*, London: Hodder & Stoughton, 2000, pp. 104-118.

plato o isang platito po?

Tina: Parang masarap. O sige. Isang plato. Salamat.

Waiter: Gusto n'yo na po bang umorder?

Tina: Oo. ako, gusto ko ng adobong pusit, mechado at gulay. Ikaw, Wang Bin, ano ang order mo?

Wang Bin: Ako, gusto ko ng apritada, sinigang na bangus at kanin. May napili ka na ba, Pedro?

Pedro: Opo. Mukhang masarap ang adobong manok. Gusto ko rin ng pansit at piniritong lumpiya.

Waiter: Ano pa ang starter ninyo? Mayroon pong sopas manok o kaya'y sariwang lumpia.

Tina: Sariwang lumpia.

Waiter: Sariwang lumpia, sir. Masarap po ang sarsa.

Tina: Salamat.

Waiter: Walang anuman.

单词表   Talasalitaan

Kamayan	马尼拉的一间菲律宾传统饭店
mesa	桌子
heto	这个
naupo	坐下
menu	菜单
gusto	喜欢
inumin	喝
sandali	等一下
malamig	凉的、冷的
muna	先，在……之前、提前

第十课　在饭店里
Aralin 10　Sa Restawran

mineral water	矿泉水
San Miguel Beer	生力啤酒
kay	介词，用在人名的前面，用法和sa相似
white wine	白葡萄酒
Okey	好
pulutan	下酒菜，小吃
ibig	喜欢
tapa	烟熏肉
litson	烤乳猪
plato	盘子
platito	小盘子、小碟子
parang	好像、类似
masarap	美味的、好吃的
umorder	点菜
adobo	菲律宾的一种常见菜，猪肉和鸡肉用醋、大蒜、胡椒及其他调料煮食
pusit	鱿鱼
mechado	菲律宾的一种常见菜，主要用西红柿汤汁烹制肉类
gulay	蔬菜
apritada	炖肉
sinigang	菲式酸汤
bangus	遮目鱼
manok	鸡肉
pansit	面条
piniritong	油炸的
lumpiya	春卷，也写成lumpia
starter	第一道菜

sopas 汤
sariwa 新鲜的
sarsa 调料、酱汁

注释　Tala

1. 菲律宾人传统的吃饭方式是用手直接将食品送进嘴里。Kamayan 饭店是马尼拉一种非常著名的饭店,饭店的名字来自菲律宾语词 kamay(手),在这里,顾客可以体验这种传统的进食方式。
2. 以下是一些食品的名称

    kanin: 米饭

    tinapay: 面包

    ulam: 菜肴

    sinangag: 炒饭

    itlog: 鸡蛋

    longganisa: 香肠

    mantikilya: 黄油

    keso: 奶酪

    hamon: 火腿

    sopas: 汤

    tsamporado: 巧克力粥

    karne: 肉

    manok: 鸡,鸡肉

    baka: 牛,牛肉

    baboy: 猪,猪肉

    tupa: 羊,羊肉

    isda: 鱼,鱼肉

    pansit:(源自中国的)一种面食

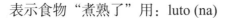

表示食物"煮熟了"用：luto (na)

表示食物"没煮熟"用：di pa luto

表示水果"成熟"用：hinog

表示水果"还没成熟"用：hilaw、mura

3. 菲律宾人的饮食文化是非常丰富的，不仅各种食品味道各不相同，而且进餐的次数特别多，除了三餐以外，上午、下午、晚上各有一顿点心（meryenda）。菲律宾语中三餐的名称如下：

almusal, agahan	早餐
tanghalian, pananghalian	午餐
hapunan	晚餐

4. Nagutom的词根是gutom，意思是饿了。

5. Busog 的意思是"吃饱了"。Busog na busog 是由busog重叠而成，表示"非常饱了，很饱了"。

6. 部分蔬菜的名称：

litsugas	莴苣
kintsay	（中国）芹菜
sile/sili	红辣椒
labong	竹笋
petsay	小白菜
toge	豆芽
karot	胡萝卜
kastanyas	栗子
repolyo	卷心菜，圆白菜
kamote	甘薯
talong	茄子
ube	香芋、紫薯

kamatis	西红柿
labanos	萝卜
kabute	蘑菇
patatas	土豆
kalabasa	南瓜
sayote	佛手瓜
pipino	黄瓜

语法　Balarila

数词和数词的运用（二）

一、分数（Pamahagi）：

菲律宾语数词中的分数也是通过添加词缀的办法来构成。一般是在基数词的前面加上前缀ka-，表示相应的"几分之一"，具体构词时还要注意根据读音变化规律缩减音节；如果要表示"几分之几"，则还要在带有ka-前缀的词的前面加上相应的带有连接结构的数词，即："A分之B"应该表述为"B及其连接结构 + ka-A"。表示百分比则是用相应基数词加上bahagdan，注意中间要有连接结构。具体表述如下：

数字	菲律宾语	中文
1/2	kalahati	二分之一
1/3	katlo	三分之一
1/4	kapat	四分之一
1/5	kalima	五分之一
1/6	kanim	六分之一
1/7	kapito	七分之一

第十课 在饭店里
Aralin 10　Sa Restawran

1/8	kawalo	八分之一
1/9	kasiyam	九分之一
1/10	kapulo	十分之一
2/3	dalawang-katlo	三分之二
3/4	tatlong-kapat	四分之三
4/5	apat na kalima	五分之四
20%	dalawampung bahagdan	百分之二十
99%	siyamnapu't siyam na bahagdan	百分之九十九

注意，"二分之一"有固定的表达方式kalahati，即"一半"。

在日常运用中，和其他菲律宾语数词相比，菲律宾语分数词的实际使用范围更为有限。"几分之一"的表述法通常只用到"十分之一"，即日常生活中用到的只是个位数构成的分数。稍微复杂一些的分数都用英文来表示。

下面是菲律宾语分数词在句子中的一些常见用法：

Ito ay kalahati ng dalandan.

这是半个橘子。

Ang apat na kawalo ay pareho ng dalawang-kapat.

八分之四等于四分之二。

Ang dalawang-katlo ng aking salapi ay para sa kanya.

我钱的三分之二是给他的。

Ang asukal sa pagkain ay tatlong-kalima ng kutsara.

食物中的糖有五分之三匙。

二、数词的实际运用：

1. 表示价格的数词（Pahalaga）

正如前面提到的基数词使用时的一般习惯，菲律宾人在实际运用数词来表示价格时，传统上往往是菲律宾语数词和西班牙语数词一起使用；甚至在数目较小、所用数字在一百以内的情况下，西班牙语数词用的会更多一些。菲律宾的基本货币单位是"piso",即"比索",相当于"元",表示符号为"P",该词源于西班牙语中的peso,所以有时也使用"peso"的拼法。再下一级的货币单位是sentimo(s),西班牙语则用centimo(s),相当于"分"。菲律宾货币单位中并没有"角"。表述时,就是用在piso(偶尔也用peso)和sentimo(s)前加上相应的基数词,并添上连接结构,然后再按从大到小的顺序串联在一起。但是注意在表述一个具体价格时,应该使用同一语言的数词,切忌混合使用,即要么全用菲律宾语数词、要么全用西班牙语数词。用西班牙语数词表示价格也是采取类似方式,把西班牙语数词和相应的货币单位顺序串联在一起。比如:

价格	菲律宾语	西班牙语式表达方法
P 0.01	isang sentimo	uno centimo
P 2.00	dalawang piso	dos pesos
P 1.20	isang piso't dalawampung sentimo	uno y beinte
P 2.30	dalawang piso't tatlumpung sentimo	dos y treinta
P 3.40	tatlong piso't apatnapung sentimo	tres y kuwarenta
P 4.50	apat na piso't limampung sentimo	kuatro y sinkuwenta
P 5.60	limang piso't animnapung sentimo	singko y sesenta
P 6.70	anim na piso't pitumpung sentimo	seis y setenta
P 7.80	pitong piso't walumpung sentimo	siyete y otsenta
P 8.90	walong piso't siyamnapung sentimo	otso y nobenta
P 9.00	siyam na piso	nuwebe pesos
P 10.10	sampung piso't sampung sentimo	diyes y diyes

价格在具体句子中的用法:

Ang aking mga sapatos ay animnapung piso.

我的鞋子值60比索。

Ang halaga ng kanyang pluma ay walong piso at limampung sentimo.

第十课 在饭店里

Aralin 10 Sa Restawran

他的钢笔值八块五比索。

Isang daang piso ang halaga ng aking pantalon.

我的裤子值100比索。

当然,在这种价格表示中,无论是数目较小的还是较为复杂的,全部都可以用类似的英语数词来替代较为传统的菲律宾语表示法和西班牙语表示法。总体说来,在现代菲律宾社会中,人们已经习惯于在口语中使用英语数词来表示价格。所用数词在一百以内的小数目价格中,以西班牙语数词作为表达方式较多见。这种情况下,菲律宾语数词很少作为表达方式,如果使用菲律宾语数词,基本上只用二十以内的较简单的基数词,或者用于严肃而标准的书面语中。这种使用习惯上的偏好已经成为当代菲律宾社会的传统了。随着菲律宾政府对于民族语言标准化的大力倡导和推动,较纯粹地使用菲律宾语词汇亦成为潮流。

此外,还有一种表示价格的固定用法——"tig-价格表示法",菲律宾语语法称之为"Pahalaga",表示"每(单位)的某东西多少比索"。它是使用前缀tig-,后面跟西班牙语数词或者菲律宾语数词,并且需要双写数词的第一个音节。如果是西班牙语数词,则后面无须再加piso之类的货币单位名词,直接就表示"多少比索的钱";如果是菲律宾语数词,则必须使用货币单位名词,并且要使用连接结构。比如,tigkikinse等同于tiglalabinlimang piso,意思为"每单位15比索";tigdidisiotso等同于tiglalabingwalong piso,意思为"每(单位)18比索";tigbebeinte等同于tigdadalawampung piso,意思为"每(单位)20比索"。注意没有tig-uuna,只用tig-iisa,来表示"每(单位)一比索"。

这种表示法可以在句子中单独直接使用,直接表示"每……多少钱",词缀本身即可表达完整的意思。比如:

——Magkano po ang kilo ng mansanas?

(请问)每公斤苹果多少钱?

——Tigkikinse na lang ho. （每公斤）只要15比索。

Tigbebeinte lamang ang kilo ng mangga ko.

我的芒果（每公斤）只要20比索。

——Tigtetrese ba? （每公斤）13比索可以吗？

tig-表示法也常常和具体度量单位连用，比如，tigdodose ang bawat kilo 的意思相当于dose ang isang kilo，即"每公斤12比索"和"一公斤12比索"。

Ibibigay ninyo sa tig-ootso ang bawat kilo.

您按每公斤8比索给我吧。

Kung ibig ninyo ay ibibigay sa akin ng otso ang isang kilo?

您可以给我8比索一公斤吗？

2. 表示时间的数词

菲律宾语在表示时间时，也是在基数词的基础上略加变化来使用相应的序数词。就像其他数词使用的情况一样，菲律宾人同时也会使用西班牙语数词表示时间，或者直接用英语表示。

（1）时、分、秒

表达时、分、秒时，菲律宾语、英语和西班牙语的说法都较常用。菲律宾语表示"小时"采用的是菲律宾语序数词的形式，即用前缀ika-，后面再加上相应的基数词，然后一般还会跟上上午、下午等表示时间范围的名字。比如，ikasiyam ng umaga（上午9点），ikaanim ng gabi（晚上6点钟）。这是因为如果直接说ikawalo，意思就既可以是上午8点，也可以是下午8点，而且还可以理解为"第8""8号"等多种意思，所以为了避免歧义，除了在极简洁的口语中，通常都用完整的表述法，即在序数词后面加上由ng引导的umaga、tanghali、gabi等时间名词。而在用数字直接表示时，ng umaga、ng tanghali、ng hapon、ng gabi还可以缩写为n.u.、n.t.、n.h.和n.g.，其中的n.t.较为少见。它们的使用方法和英语中的am、pm相似，直接跟在表示时间的数字后面。比如，2.00 n.h

第十课　在饭店里
Aralin 10　Sa Restawran

读作 ikalawa ng hapon，10.00 *n.g* 读作 ikasampu ng gabi。umaga、tanghali、hapon、gabi、madaling araw、hating gabi 等时间名词所指的具体范围如下：

时间范围	菲律宾语	中文意义	西班牙数词表示法	菲律宾语数词表示法
1:00—5:00	madaling araw	凌晨、清晨	ala una hanggang alas singko	una hanggang ikalima ng umaga
6:00—11:00	umaga	上午	alas seis hanggang alas onse	ikaanim hanggang ikalabing-isa ng umaga
12:00（11:00—13:00）	tanghali	中午	alas dose	ikalabindalawa ng tanghali
13:00—18:00	hapon	下午	ala una hanggang alas seis	una hanggang ikaanim ng hapon
18:00—23:00	gabi	夜晚	alas seis hanggang alas onse	ikaanim hanggang ikalabing-isa ng gabi
0:00（23:00—1:00）	hating gabi	深夜	alas dose	ikalabindalawa ng hating gabi

此外，常用的时间名词还有 takip-silim／dapit-hapon（黄昏）、bukang-liwayway（凌晨）、liwayway（黎明）等。

（2）日、月、年

菲律宾人日常习惯用英文来表达日、月、年，而一般不用西班牙语的说法。用菲律宾语表达的也不少。菲律宾语表达"日"采用的是菲律宾语序数词的形式，即用前缀ika-，后面再加上相应的基数词，然后还可以跟上表示月份的词；为了避免用法很多的ika-造成歧义，所以除了在极简洁的口语中，通常都采用"日—月"联立的完整的表述法。比如ikapito ng Enero（1月7日），

基础菲律宾语（第一册）

ikalabindalawa ng Marso（3月12日）, ikawalo ng Disyembre（12月8日）, ikadalawampu't lima ng Hunyo（6月25日）, ika-tatlumpu ng Nobyembre（11月30日）。注意1日、2日和3日应该分别使用una、ikalawa和ikatlo。比如：

Unang araw(ng) Oktubre ang ating Pambansang Araw.

10月1日是我们的国庆节。

年份的表达就是直接使用基数词，还可以在基数词的前面冠以taon以及相应的连接结构以明确意思。比如：

今年是2017年。　　Ngayon ay taong dalawang libo at labimpito.

1998年是菲律宾百年国庆。

Isang libo siyam na raan siyamnapu't walo ang sandaang taong kalayaan ng Pilipinas.

明天是2004年1月1日。

Bukas ay unang araw (ng) Enero, dalawang libo at apat.

另，月份如下：

中文	菲律宾语
1月	Enero
2月	Pebrero
3月	Marso
4月	Abril
5月	Mayo
6月	Hunyo
7月	Hulyo
8月	Agosto
9月	Setyembre
10月	Oktubre
11月	Nobyembre
12月	Disyembre

第十课　在饭店里
Aralin 10　Sa Restawran

练习　Pangkasanayan

1. 熟读以下句子。

   Nag-almusal ka na ba?

   Sa umaga, umiinom ako ng gatas o katas ng mangga.

   Gumagamit ang mga Pilipino ng pinggan, platito, tasa, puswelo, kutsilyo at tinidor sa pagkain.

   Alam kong paborito mo ang pritong manok, hipon at alimango.

   Nagmeryenda ako kanina.

   Nagutom ako nang makita ko ang pagkain sa mesa.

   Masarap ang almusal natin. May tinapay, sinangag, itlog, longganisa, mantikilya, keso at hamon.

   Busog na busog ako.

   Magligpit na tayo ng kinainan.

   Nguyain mong mabuti ang pagkain bago mo lunukin.

2. 回答问题。

   (1) Anong buwan ang kaarawan ng nanay mo?

   (2) Anong buwan ang umpisa ng bakasyon sa eskuwela?

   (3) Anong buwan ang simula ng pasukan sa eskuwela?

   (4) Ano ang unang buwan ng taon?

   (5) Ano ang huling buwan ng taon?

   (6) Anong buwan ka ipinanganak?

   (7) Ano ang ikaanim na buwan?

   (8) Anong buwan ang pinakagusto mo?

   (9) Anong buwan ang maulan?

   (10) Anong buwan ang mainit?

(11) Anong buwan ang malamig?

(12) Anong buwan ang mabagyo?

阅读　Pagbabasa

对话1：Bill一家来到了饭店，他们将在这里停留五天。

Bill: May kuwarto ba kayo?

Manedyer: Mayroon po. Ibig po ba ninyo ng pang-isahan o pandalawahan?

Bill: Ibig naming pandalawahan at pang-isahan para sa anak kong si Roy. Magkakano ba ang mga kuwarto?

Manedyer: Ang pandalawahan po ay 900 isang gabi at ang pang-isahan ay 750 isang gabi. Puwede na po ba para sa inyo?

Bill: Oo, mabuti, salamat. Saan ako pipirma?

Manedyer: Dito lang po sa ibaba, sir.

对话2：Bill在宾馆的前台向服务员询问餐饮时间。

Bill: Magandang umaga ma'am. Ano ang mga oras ng pagkain dito sa hotel?

Receptionist: Aba opo. Ang almusal ay buhat sa alas sais y medya hanggang alas nuwebe y medya. Ang tanghalian ay buhat sa alas dose hanggang alas dos ng hapon. Ang hapunan ay buhat sa alas sais hangang alas nuwebe ng gabi. May room service po sa lahat ng oras.

Bill: May makakainan bang malapit dito?

Receptionist: Aba, opo. Ang Lola's Litson ay may pagkain hanggang hatinggabi.

Bill: Mabuti kung ganoon. Hindi ba mahal?

第十课 在饭店里
Aralin 10 Sa Restawran

Receptionist: Hindi po. Masarap ang pagkain at mura ang halaga.
Bill: Maraming salamat.

对话3：Louise要去邮局，正向服务员询问。
（注意她这里的用语。菲律宾语中，在问句的结尾，最后一个词都要用升调。）

Louise: Nasaan ang pinakamalapit na post office dito ?
Receptionist: Nasa Kalye Maningning po .
Louise: Puwede bang lakarin?
Receptionist: Aba, opo.
Louise: Maaari bang bigyan mo ako ng direksiyon?
Receptionist: Ganito po. Paglabas ninyo sa hotel, tumawid kayo at kumanan. Dumiretso kayo. Pagkatapos kumaliwa kayo sa Kalye Rondolo. Ikalimang gusali buhat sa kanto ang post office.
Louise: Maraming salamat.
Receptionist: Wala pong anuman.

对话4：Louise到了邮局，在向工作人员询问。
Louise: Gusto kong bumili ng selyo para sa mga postcards ko.
Clerk: Saan po ang punta ng mga postcard?
Louise: Sa Inglatera at sa Amerika.
Clerk: 3.80 po ang isang selyo. Ilang selyo po ang kailangan ninyo?
Luoise: Labinlima. May pakete rin ako papunta sa Inglatera, airmail.
Clerk: 57.00 pesos po ang selyo. Pakilagay po sa timbangan ang pakete. Ano po ang laman ng pakete?
Louise: Isang aklat. Magkano naman ito?

基础菲律宾语（第一册）

Clerk: 240.00 pesos ang pakete. Paki-abot po sa akin ang pakete.
Louise: Salamat. Eto ang bayad ko.
Clerk: Wala pong anuman.

第十一课 如何学习外语
Aralin 11　Ang Pag-aaral ng Wikang Banyaga

课文　Testo

Ang pag-aaral ng isang wika ay madali sa ilang tao at napakahirap sa iba. Sino ang nahihirapan at sino ang nadadalian?

Ang nahihirapan ay mga taong mahiyain at mahina ang loob. Ayaw nilang magbukas ng bibig dahil natatakot magkamali. Ayaw nilang mapintasan ang maling pagbigkas o maling pagsasama-sama ng salita. Hindi sila magsasalita hangga't sa palagay nila ay tamang-tama na ang sasabihin nila.

Ang nadadalian ay ang hindi nahihiyang magkamali. Kahit balu-baluktot, pinipilit nilang magsalita. Malakas ang kanilang loob.

Madali ring matuto ang mga taong mahilig makipagkaibigan. Dahil gusto nilang makipagkaibigan sa mga mamamayan ng bayang kanilang binibisita, nagsasalita sila sa salitang banyaga. Kahit na "ako Tarzan, ikaw Jane."

Anong uri ng mag-aaral kayo?

单词表 Talasalitaan

pag-aaral	学习
wika	语言
madali	快、简单、容易
ilan	一些
tao	人
napakahirap	非常难的
iba	其他
mahiyain	害羞的、胆怯的
mahina	虚弱的、微弱的
loob	里面、内心
ayaw	不喜欢
magbukas	打开，张开
bibig	嘴
dahil	因为
natatakot	害怕
magkamali	犯错误
mapintasan	挑毛病
pagbigkas	发音
mali	错误
pagsasama-sama	组合、整合
salita	单词
hangga't	直到，相当于 hanggang
palagay	观点、意见
tamang-tama	非常正确
sasabihin	表达

第十一课 如何学习外语
Aralin 11　Ang Pag-aaral ng Wikang Banyaga

kahit	即使、虽然
balu-baluktot	扭曲的、磕磕巴巴的
pinipilit	迫使，强迫
malakas	强大的
matuto	学习
mahilig	爱好
makipagkaibigan	待人友好、帮助、与人交朋友
mamamayan	居民、公民、人民
bayan	国家
binibisita	参观、拜访
banyaga	外国人、外国人的、外国的
uri	种类、类型
mag-aaral	学生

注释　Tala

1. sa ilan …… sa iba 表示"一些……，另一些……"

2. mahiyain 形容词，词根为 hiya

    例句1：Si Pedro ay mahiyain at ayaw ng mga pagtitipon.
    彼得罗很害羞，也不喜欢聚会。

    例句2：Mahiyain si Maria sa mga hindi kakilala.
    玛丽亚在陌生人面前很害羞。

    hiya：害羞、尴尬

    例句1：Huwag mong dulutan ng kahihiyan ang iyong pamilya.
    不要使你的家族蒙羞。

3. loob 有两个意思，一个是"在里面"，一是"内心、意愿"（也写成 kalooban）的意思。

例句1：Ang isang mahusay na puno ay dapat magkaroon ng matigas na kalooban.

一个好的领导人必须有坚强的意志。

例句2：Maganda ang pagkakapalamuti ng loob ng bahay.

这间房子的内部装修很漂亮。

例句3：Malinis sa labas nguni't marumi sa loob.

外面很干净，可是里面很脏。

4. ayaw可作名词（表示不喜欢的东西）和形容词（表示不喜欢的、不想的）。

例句1：Anu-ano ang mga gusto mo at ayaw mo?

你喜欢什么，不喜欢什么？（ayaw作名词）

例句2：Ayaw siyang (niyang) sumunod. 他不想服从。

例句3：Napansin kong ayaw niyang sumama sa amin.

我注意到他不想和我们一起去。

ayoko是ayaw ko的缩写。

例句4：Ayoko kay Juan. 我不喜欢胡安。

5. kahit是表示转折的连接词，也可以写成kahitna，kahit na。

例句1：Tatlo lamang ang binili naming libro kahit lima ang aming kailangan.

我们只买了3本书，即使我们需要5本书。

例句2：Gumagawa siya kahit na may-sakit.

虽然病了，他仍然在工作。

例句3：Nakatapos siya ng pag-aaral kahit na pobre siya.

尽管他家境贫穷，他还是完成了学业。

6. dahil可以作名词，表示"原因"。

例句1：Ano ang dahilan ng kanilang pagparito?

她们来这里的原因是什么？

例句2：Ano ang dahilan ng sakit na iyan? 那种病的起因是什么？

第十一课 如何学习外语
Aralin 11 Ang Pag-aaral ng Wikang Banyaga

dahil sa 因为，后面一般跟名词。

例句3：Dahil sa masamang panahon, ang laro ay ipinagpaliban.
因为天气恶劣，比赛被延期了。

例句4：Ang aksidente ay dahil sa walang-ingat niyang pagmamaneho.
这次事故是因为他/她大意驾驶。

语法　Balarila

疑问句和疑问词

疑问句是菲律宾语中非常重要和常用的句型。疑问句的构成基本上也是在一般陈述句的基础上适当地变换语序，再加上相应的疑问词而构成的，所以学习和掌握疑问句主要应抓住"语序"和"疑问代词"或"疑问副词"两个核心问题。

菲律宾语中的疑问句大致可以分为特殊疑问句、一般疑问句、反问句、倒置疑问句四类，其中前两类最为主要、数量也最多。特殊疑问句相当于汉语中的特指问，是用各种疑问词来表达疑问点，说话者希望对方就疑问点作出答复，句子诵读时往往也采用陈述句的降调。一般疑问句相当于汉语中的是非句，结构上和陈述句相似，通常用一般疑问语气词ba以及包含着疑问语气的声调，一般是对整个命题的疑问，它的回答通常"是"或者"不是"，也可以用点头或者摇头来回答。本章中，我们将对特殊疑问句和一般疑问句，以及相应的特殊疑问词和一般疑问语气词进行学习。

（一）特殊疑问句

特殊疑问句中采用的疑问词都是针对句子的各个不同成分而进行指代的疑问词，通常有sino（谁）、ano（什么）、alin（哪一个）、kanino（谁的）、sa kanino（给谁）、para sa kanino（为了谁）、ilan（多少）、kailan（什么时候）、nasaan（在哪里）、

saan（在哪里）、magkano（多少钱）、paano（怎么样，以什么方式）、bakit（为什么）。另外构成句子时还需要调整语序，有时是把陈述句的样式先改写成由要提问的部分作为主语的句子，然后再用疑问代词替代；有时是把要提问的部分提到句子的前面，然后用疑问代词替代。

下面我们将逐一进行讲解。

一、特殊疑问代词或疑问副词及相应特殊疑问句的基本句式：

1. Sino

sino意为"谁"，用于对人进行提问，专门指代人——即具体的人、人名以及主格人称代词，回答时可以是具体的人、si引导的人名或者主格人称代词等。注意，sino和ano所引导的疑问句中，疑问代词所指代的部分必须充当句子的主语；所以构成句子时需要调整语序，通常是把陈述句的样式先改写成由要提问的部分作为主语的句子，然后再用疑问代词替代。例如：

——Sino po ba kayo?   你们/您是谁？

——Ako po si Antonio。 我是安东尼奥。

2. Ano

ano意为"什么"，用于对事物和事情进行提问，专门指代事物——即具体的东西、指示代词，回答时可以是具体的东西、指示代词或者完整的句子等。例如：

① ——Ano ang pangalan mo?   你叫什么名字？

——Juan ang tawag nila sa akin.   大家叫我胡安。

② ——Ano ang sinasabi niya?   他在说什么？

——Pupunta siya sa Manila bukas.   他明天要去马尼拉。

③ ——Ano ang ibinigay sa kanya?   把什么给他了？

——Iyon ang ibinigay ko sa kanya.   我把那个给他了。

3. Alin

alin意为"哪个"，用于对事物进行提问，是专门为了把一个事

第十一课 如何学习外语
Aralin 11 Ang Pag-aaral ng Wikang Banyaga

物区别于另一个事物的指代，相当于英语中的which，在具体使用中注意要和相当于what的ano区别开来，凡是划定了一个范围、或者直接表示指代的事物区别于别的事物时就需要用alin了。例如：

① —Alin sa mga iyon ang gusto mo? 那些当中你喜欢哪个？

② —Alin ba ang iyong ibig? 你喜欢哪一个？

4. Kanino

kanino意为"谁的"，用于对事物的所有者进行提问，专门指代事物所有者，回答时通常为所有格代词、ni引导的人名表示的所有格等。例如：

① —Kanino ba ang bahay na iyon? 那栋房子是谁的？
 —Akin. 我的。

② —Kanino ang lapis na ito? 这支笔是谁的？
 —Iyan ang lapis ni Jose. 那是何塞的笔。

5. Sa kanino

sa kanino意为"给谁／为谁"，对于句中动作的对象或方向进行提问，回答时也是用由sa或kay引导的介词格人称代词、人名、事物等。例如：

① —Sa kanino ba iyon? 那是给谁的？
 —Kay Juan. 给胡安的。

② —Sa kanino ba siya sumama? 他/她和谁一起走的？
 —Sa mga kaklase. 和同学们。

③ —Sa kanino nagbigay ka ng pera? 你把钱给谁了？
 —Nagbigay ako sa aking mga magulang. 我给了我的父母。

6. Para sa kanino

para sa kanino意为"为了谁"，对于句中的受益者或者动作受益对象进行提问，回答时也是用para sa或者para kay引导的句子。例如：

① —Para sa kanino ba iyan? 那个是给谁的？

—Para sa aking lolo. 是给我爷爷的。

② —Para sa kanino bumuli siya ng mga pagkain?

他是给谁买的吃的？

③ —Bumuli siya ng mga ito para sa kanyang anak.

他是给他的孩子买的这些。

7. Ilan

ilan意为"多少"，对于句子中的数量词进行提问，回答时可以回答具体数量，也可以回答marami、kaunti、ilan一类的表示泛指数量的词。例如：

① —Ilan ang anak ninyo? 你们／您有几个孩子？

—Mayroon kaming limang anak. 我们有5个孩子。

② —Ilang estudyante sa klase mo? 你班上有多少学生？

—Mga labing-anim. 大概16个。

③ —Ilang klase ang pinag-aaralan mo ngayon bawat linggo?

你现在每周有多少门课啊？

—Marami. Hindi ako maliwanag. 很多。我（记）不清楚。

8. Kailan

kailan意为"什么时候"，对于句子中的日、月、年之类的时间状语成分进行提问，有时也可问及时、分、秒之类，回答时可以回答各种具体时间。具体可参见"数词和数词的运用"部分对于时间用语的论述。

① —Kailan kayo dumating sa Pilipinas?

你们是什么时候到的菲律宾？

—Ika-6 ng Hunyo. 6月6日。

② —Kailan ka pupunta sa bahay ni Kristina?

你什么时候去克里斯蒂娜的家呢？

—Sa alas dos y medya. 两点半。

第十一课 如何学习外语

Aralin 11 Ang Pag-aaral ng Wikang Banyaga

注意，在一般性的询问具体的时、分、秒是问"Ano ang oras ngayon?"（现在几点了/现在几个小时了），而不用kailan。"Ano ang petsa ngayon?"意为"今天是几号"。

9. Nasaan

nasaan意为"（在）哪里"，对于句子中人或事物所处的位置或地点的状语成分进行提问，回答时一般用nasa引导的地点状语或方位状语。

① —Nasaan si Tommy?　汤米在哪里？

　　—Nasa loob ng bahay.　在房子里面。

② —Nasaan ang mga aklat na binili ko kahapon?

　　我昨天买的书在哪里？

　　—Nasa ibabaw ng mesa ang mga iyon.　那些（书）在桌子上。

10. Saan

saan意为"（在）哪里"，对于句子中动作发生的地点和方位的状语成分进行提问，回答时一般用sa引导的地点状语或方位状语。注意把saan和前面的nasaan区别开来，它们主要的区别在于：（1）nasaan针对的是人或事物的地点和方位，而saan针对的是动作发生的地点；（2）nasaan的答句中用nasa来引导地点状语，而saan的答句中则用sa。

① —Saan nakatira si Tommy?　汤米住哪里？

　　—Nakatira siya sa bahay ng kanyang tiyo.　他住在他叔叔家。

② —Saan ka bumili ng aklat?　你在哪里买的书？

　　—Sa tindahan.　在商店。

11 Magkano

magkano意为"多少钱"，专门用来对物品的价格进行提问，回答时亦可回答具体价格，也可以用mahal、mura之类的形容词，关于价格的表示具体可参见"数词和数词的运用"部分。

——Magkano ba ang aklat? 这本书多少钱？

——Sandaang piso lang. 就100比索。

12. Paano

paano意为"怎么样、以何种方式"，用于对表示动作方式的状语或者事物的状态进行提问，相当于英文中的how，有时也会用papaano。

① ——Paano ka pupunta roon? 你怎么去那里？

——Sasakay ako sa kotse. 我坐车去。

② ——Paano nililinis ang sahig? 怎么打扫地板呢？

——Ginagamit ang walis. 用扫帚。

13. Bakit

bakit意为"为什么"，专门用来对事物的原因进行提问，回答时一般回答完整的句子来说明原因。

——Bakit siya galit? 为什么他生气了？

——Aywan ko. 我不知道啊。

二、特殊疑问代词的复数形式和相应的复数特殊疑问句：

在特殊疑问句所提问的事物是多数的情况下——即特殊疑问句的主语是复数时，或者被提问的部分是不止一个的多数时——也就是认为会有复数形式的回答时，有时相应地就要使用特殊疑问代词的复数形式，相应的特殊疑问句也就变成了复数特殊疑问句。这种变化只要把特殊疑问代词变为复数形式即可。特殊疑问句的复数形式由疑问代词的全部或前面的部分音节的反复来实现，大概的规则如下：

（1）对于只由两个音节组成的特殊疑问代词，重复整个词语。alin变成alin-alin；sino变成sinu-sino；ano变成anu-ano；ilan变成ilan-ilan；saan变成saan-saan。

（2）对于由三个或三个以上的音节组成的特殊疑问代词，只重复头两个音节。kanino变成kani-kanino；magkano变成magka-

第十一课　如何学习外语
Aralin 11　Ang Pag-aaral ng Wikang Banyaga

magkano或magkakano；kailan变成kai-kailan。

（3）出于读音的考虑，在重复音节时，特殊疑问代词重复部分的最后一个音节是o的，要变为u，比如前面的anu-ano，sinu-sino。

（4）特殊疑问代词所有重复部分要用"-"来连接。

注意，nasaan和bakit没有任何复数形式，它们也不具备复数意义。

我们来看在下列的一些例句特殊疑问代词是如何运用的：

① Sinu-sino ba ang kanyang mga estudyante?　谁是他的学生啊？

② Anu-ano ba ang mga pangalan ninyo?　你们的名字是什么？

③ Alin-alin ba ang gusto mo?　你喜欢哪些？

④ Kani-kanino ba ang mga kotseng iyan?　那些车分别是谁的？

⑤ Sa kani-kanino ba ang mga aklat na iyan?　那些书分别是谁的？

⑥ Ilan-ilan ang inyong mga anak?　你们有多少孩子？

⑦ Kai-kailan kayo umalis sa Pilipinas?
　　你们分别在什么时候离开的菲律宾？

⑧ Saan-saan kayo nakatira?　你们分别住在哪里？

⑨ Magka-magkano ba ang mga librong ito?　这些书都是多少钱？

实际上，复数形式的特殊疑问代词总体上使用不多，因为这一语法规则在日常使用的实践中并不严格，很多情况下，菲律宾人直接就用特殊疑问代词的标准形式进行各种提问，即使问句主语或者相应回答有着明显的复数意义。

特殊疑问代词除了上述的用法，有时也可以以类似形容词的形式作为修饰语来指代提问部分，这里就要添加适当的连接结构。例如：

① Sinong tao iyan?　那个人是谁？
　　或者Sino ang taong iyan?

② Kaninong aklat ito?　这本书是谁的？
　　或者Kanino ang aklat na ito?

③ Anong simbahan iyan?　那是一座什么教堂？
　　或者Ano ang simbahang iyan?

④ Aling mag-aaral ang pinakamagaling sa klase?

　　班上哪个学生最好？

或者Alin ang mag-aaral na pinakamagaling sa klase?

三、特殊疑问句的语调语气

特殊疑问句通常用降调来读，和陈述句基本一致。比如：

　　Sino ka ba↘?　　Ako si Nina.

一般疑问句

在我们对于特殊疑问句的讨论中，可以发现，有相当多的句子使用了疑问语气词ba。ba作为疑问语气词，是疑问句重要的标志，但主要在一般疑问句中使用。特殊疑问句因为都要使用疑问词，因而全都已经具有了疑问句的标志，所以根据一个疑问句里面只需使用一个疑问标志的习惯，再使用ba有累赘之嫌，于是通常只有在一些短小的特殊疑问句中才加上ba，在特殊疑问句中使用ba则表示强调之意。而在一般疑问句中，就必须使用ba了，并且配合相应的语调，陈述句需要加上ba才能成为一般疑问句，所以说疑问语气词ba是一般疑问句中最重要的部分。它相当于中文中的"吗""呢"一类表示疑问的语气词。

一、一般疑问句的构成：

一般疑问句通常是由陈述句加上ba构成，例如：

　　Sila ay aalis.　　他们将要离开了。

　　Sila ba ay aalis?　　他们将要离开吗？

在添加ba构造一般疑问句时，一般按陈述句的句式分为两种情况：

（1）ba在主语—谓语式结构的句子中，一般跟在前面的主语的后面。

　　Sila ba ay aalis?　　他们要走了吗？

　　Ang gurong babae ba ay mabait?　　（那位）女教师和蔼吗？

第十一课 如何学习外语

Aralin 11 Ang Pag-aaral ng Wikang Banyaga

Si Jose ba ay marunong? 何塞聪明吗？

Ako ba ay kukuha ng iyong mga supot?

我要把那些/你们的包拿走吗？

Ang baboy ba ay tamad? 猪懒惰吗？

（2）ba在谓语—主语式结构的句子中，一般跟在前面的谓语的后面。

Aalis ba sila? 他们要走吗？

Mabait ba ang gurong babae? （那位）女教师和蔼吗？

Marunong ba si Jose? 何塞聪明吗？

Kukuha ba ako ng iyong mga supot? 我要把那些包拿走吗？

Tamad ba ang baboy? 猪懒惰吗？

可见ba在语序上主要是必须跟在前置的主语或者谓语的后面，即使是有助动词ay时，也应该是"前置的主语 + ba + ay + 后置的谓语"式的结构。菲律宾语中很多意思都可以用两种基本句序来表达，所以两种句序也都可以转换成相应的一般疑问句，只需在合适的位置添加疑问语气词ba。同样地，前面学习的特殊疑问句中，如果要使用ba，则ba应该直接跟在特殊疑问代词的后面。

Sino ba ang kaklase mo? 谁是你的同学？

Ano ba ang ibig mo? 你喜欢什么？

Alin ba ang kotse nila? 哪一个是他们的车？

Saan ba sila pupunta? 他们去哪儿？

Kailan ba kayo aalis sa Pilipinas? 你什么时候离开菲律宾？

Magkano ba ang mangga? 芒果多少钱？

二、一般疑问句构成时的其他语法规则

ba在具体使用时还要注意两种较特殊的情况：

（1）如果句中出现单音节的小品词或人称代词，比如ka、ko、mo、na、pa、din（rin）、daw（raw）、po等时，这些小品词都应该放在主语或谓语与ba之间，除非该小品词还采用了连接结构以修饰句子中另外的词。即："主语/谓语 + 小品词 + ba + 谓语/主语"。

  Aalis na ba sila?　他们就要离开了吗？

  Aalis ka na ba?　你就要离开了吗？

  Maganda rin ba ang kapatid mo?　你的姐姐也很漂亮吗？

  Malinis daw ba ang bata?　他们说那个孩子很干净，是吗？

  Marumi raw ba ang anak ko?　他们说我的孩子很脏，是吗？

  Marumi pa ba siya?　她仍然很脏吗？

  （2）ba后面常常还需要添加连接结构。比如ba在一个助动词和一个主要的动词之间时。

  Gusto bang kumain ng bata?　那个孩子喜欢吃东西吗？

  Gusto mo bang umalis?　你想走了吗？

  Ayaw bang magsalita si Peter?　彼得是不喜欢说话吗？

  Ibig bang umalis ng lalaki?　那个男的想离开吗？

  三、一般疑问句的语调和语气

  ba构成的一般疑问句，在句尾通常使用升调来读，有别于特殊疑问句和陈述句。而且，有时也可以利用句尾升调来读陈述句，来表达相应的一般疑问句，此时并不需要ba。

  Aalis ka ba↗?　　　　　　　Oo / Hindi.

  Ako lang ang dadala ng mga aklat na ito↗?

  Hindi, siya ang tutulong sa iyo.

练习　Pangkasanayan

1. 把下列陈述句转换为相应的一般疑问句，如果陈述句可以用两种句式表达，需转换为两种一般疑问句。

  (1) Ang kaibigan ko ay si Herbert.

  (2) Sila ay pupunta sa kapilya.

第十一课　如何学习外语

Aralin 11　Ang Pag-aaral ng Wikang Banyaga

(3) Ako ay guro.

(4) Marunong ng Filipino si Peter.

(5) Siya ay mabait na bata.

(6) Ang magagandang bahay ay sa kanila.

(7) Sila ay magsasalita sa radyo.

(8) Ang mga mababait ay sina Helen at Mary.

(9) Kakain ka na.

(10) Mabait din si Robert.

2. 回答下列特殊疑问句或一般疑问句。

(1) Ano ba ang inyong pangalan?

(2) Saan ba kayo nakatira?

(3) Sino ba ang inyong kaibigan dito?

(4) Mabait ba siya?

(5) Siya ba ay Amerikano?

(6) Saan-saan kayo pumunta?

(7) Malaki ba ang bahay nila?

(8) Marunong ba si Rizal?

(9) Si Bonifacio ba ay matapang?

(10) Gusto ba ninyo sa Pilipinas?

3. 判断以下句子是否正确。如果不正确，请改正。

(1) Ako ay isang bata.

(2) Ako ay nag-aaral.

(3) Ako ay nag-aaral na mabuti.

(4) Akin ang mga bakyang iyan.

(5) Ang guro ko ay mabait.

(6) Ang nanay akin ay maysakit.

(7) Kinuha ako ang lapis na bago.

(8) Sasama akin sa lola ko.

(9) Ibibili ako ang pera na ibinigay sa akin ng nanay ko.

(10) Akin na ang laman mong luma.

4. 选择正确的代词完成句子。

(1) (Ako, Ko, Akin) ay isang pintor.

(2) Darating ang tatay (ko, akin, ako) bukas.

(3) Ibigay mo na lamang sa (ko, akin, ako) ang aso mong puti.

(4) Nagtitinda (ako, akin, atin) ng balot tuwing gabi.

(5) Sasama (akin, atin, ako) sa pangangahoy sa bundok.

5. 判断以下句子是否正确。如果不正确，请改正。

____ (1) Ang malawak na manggahan ay sa amin.

____ (2) Ating tingnan ang gulod.

____ (3) Sasamahan ka amin sa bundok.

____ (4) Titingnan namin ang mga punong mangga.

____ (5) Makikita natin kung may mga bulaklak na ang mga puno.

____ (6) Ating aalagaan ang manggahang ito.

____ (7) Pausukan atin araw-araw.

____ (8) Babantayan natin ang mga bunga.

____ (9) Namin pipitasin kapag hinog na ang mga bunga.

____ (10) Ititinda natin sa palengke ang mga manggang hilaw at hinog.

6. 选择正确的代词完成句子。

(1) May bangka ang kaibigan (namin, atin, amin).

(2) Hiramin (natin, atin, amin) ito.

(3) Paandarin (atin, natin, amin) ito.

Aralin 11 Ang Pag-aaral ng Wikang Banyaga

(4) Itutulak muna (atin, amin, namin) bago natin sakyan.

(5) (Aming, Namin, Natin) kukunin ang pansagwan.

7. 完成以下句子并翻译。

    (1) Pinakakakain _____ ito ng darak at damo.

    (2) _____ inaalmohasa at nililinis ito.

    (3) Pinaiinom _____ ng tubig at pulot ito.

    (4) _____ sakyan at ipasyal bukas ng hapon.

    (5) Dalhin _____ sa dalampasigan at doon natin patakbuhin.

阅读　Pagbabasa

Hilahin ang mga Usbong Upang Matulungang Lumaki

May tao sa Estado ng Song na nababahala dahil baka hindi lumaki ang mga usbong ng pananim niya, kaya hinila niya nang bahagya nang pataas ang bawat isa. Pagkatapos nito, umuwi siyang pagod na pagod sa kanyang pamilya. "Patang pata ako," sabi niya, "dahil tinulungan kong lumaki ang mga usbong." Nang marinig ito ng anak niyang lalaki, pumunta sa bukid at natagpuang lanta na ang mga usbong.

Iilan sa daigdig na ito ang hindi tutulong sa pagpapalaki ng mga usbong. May iisip na wala silang maitutulong at hindi kikilos. Mayroon namang hindi dadamuhan ang kanilang bukid. At mayroon ding aapurahin ang mga usbong at hihilahin ang mga ito. Itong mga ito ang hindi na nakatutulong, kundi nakapipinsala pa.

Pagdaragdag ng Paa sa Nakaguhit na Ahas

Nauna ang isa sa kanila, at kampanteng dinampot nito ang kopita ng alak. Nasa kaliwang kamay niya ang kopita at iinom na sana siya nang maisipan niya, "Aba, may panahon pa akong magdagdag ng mga paa sa ahas." Sa ganoon, kanang kamay ang ginamit niya sa pagguhit ng mga paa sa ahas, ngunit bago siya matapos, may kasama siyang nakayari na ng kanyang ahas. Agad nitong inagaw ang kopita at sumigaw, "Likas na walang paa ang ahas. Ano't bibigyan mo sila ng paa?" Sa ganoon, tinungga niya ang alak at nawalan ng dapat mapunta sa kanya iyong nagdaragdag ng paa sa ahas.

第十二课 开学的第一天
Aralin 12　Unang Araw ng Pasukan

课文　Testo

Naghihintay na ang mga mag-aaral ng kanilang guro sa silid. Tahimik ang paligid. Ang tanging naririnig lamang ay bulungan ng magkakakilala sa loob ng silid. Maya-maya'y dumating na ang guro. Tamang-tama sa oras, ika-7 ng umaga. Pagkatapos ilagay ang gamit sa lamesa ay humarap sa klase at nagsimulang magsalita.

Bb. Nebres: Magandang umaga sa inyong lahat. Ako ay si Bb. Nebres, at ikinagagalak ko ring makilala ngayong umaga ang aking mga mababait na mag-aaral. Ako ay nakatira sa Marikina. Magiging guro ninyo ako mula sa araw na ito hanggang sa katapusan ng taunang pag-aaral ng 1995-1996. Ngayon ay nais ko namang marinig ang inyong mga tinig. Sa inyong pagpapakilala ay banggitin ninyo ang mga sumusunod:

　　* Pangalan

　　* Edad o taong gulang

　　* Tirahan

　　* Mga magulang at ang kanilang trabaho o gawain

　　* Naisin sa buhay

Naintindihan ba ang aking mga sinabi?

Mga bata: Opo.

Bb. Nebres: Kung ganoon magsimula tayo sa batang unang nakaupo sa unahan, gawing kaliwa.

Unang Bata: Ako ay si Erick Franco Nabijan. Sampung taong gulang at nakatira sa 8 Road I, Marikina, Manila. Ang aking mga magulang ay sina Irene Franco at Erico Nabijan. Kapwa sila ay mga guro sa mababang paaralan ng Sto. Tomas. Nais kong maging doktor sa aking paglaki.

Pagkatapos magpakilala ang lahat ng bata ay oras na ng kanilang pagpapahinga. Tuwang-tuwa ang guro sapagkat ang lahat ay nakasunod sa kanyang ibinigay na direksiyon.

Talasalitaan 单词表

una	首先、第一
araw	天
pasukan	开学
naghihintay	等待
guro	老师
silid	房间
tahimik	安静
paligid	周围
tangi	特别的
naririnig	听
bulungan	低声说、小声说
magkakakilala	（相互）认识的（人）
maya-maya	不久
oras	时间
pagkatapos	后来、以后、接着
ilagay	放下、放在

第十二课 开学的第一天
Aralin 12　Unang Araw ng Pasukan

gamit	使用
lamesa	桌子
humarap	面对
klase	课堂
nagsimula	开始
Bb.	binibini的缩写，女士
ikinagagalak	很高兴
makilala	认识
magiging	成为
mula sa	从
hanggang	直到
taunan	每年的、年度的
ngayon	现在
nais	希望、愿望
marinig	听见、听
tinig	声音
pagpapakilala	介绍
banggitin	提及、涉及、包括、引用
sumusunod	以下、随后
edad	年龄
gulang	年龄
tirahan	住地、地址
magulang	母亲或父亲
trabaho	工作
gawain	工作、干活
buhay	生活
naintindihan	理解
kung	如果

ganoon	那样
nakaupo	坐
unahan	前面
gawi	方向
kaliwa	左边、左边的
kapwa	他人，（两个）都
mababang paaralan	小学
doktor	医生
paglaki	长大
pagpapahinga	休息
tuwang-tuwa	高兴、兴奋
sapagkat	因为
direksiyon	指导、方向

注释　Tala

1. paligid，也可以写成ligid，表示圆周、周围、旋转

　　例句1：Sinukat niya ang paligid ng gulong.　他测量了轮胎的周长。

　　例句2：Ang isang ligid ng mundo sa araw ay tumatagal nang isang taon.　地球环绕太阳一周需要一年的时间。

　　例句3：Walang bahay na ipinagbibili sa paligid na ito.
　　　　　 这周围没有房子出售。

2. 菲律宾语中表示方位的词组

　　sa loob ng

　　sa loob　　　　　Ang ina ay pumasok sa loob ng bahay.
　　在里面

　　sa labas　　　　 Kami ay kumain sa labas ng bahay.
　　在外面

第十二课　开学的第一天
Aralin 12　Unang Araw ng Pasukan

sa itaas	Umakyat siya sa itaas.
在上面	
sa ibaba	Nagpunta sa ibaba ang lalaki.
在下面	
sa harap	Sila ay nakatira sa harap ng aming paaralan.
在前面	
sa likuran	Lumakad sa likuran ng "jeep" ang tao.
在后部	
sa tabi	Umupo ka sa tabi ko.
在旁边	
sa gitna	Ang bata ay umupo sa gitna.
在中间	
sa pagitan	Tayo ay nasa pagitan ng langit at lupa.
在两者之间	

3. pagkatapos：后来、自从

　　例句1：Pagkatapos ng tatlong taon　　三年以后

　　例句2：Pagkatapos ng pag-aaral.　　自从他毕业以后。

　　例句3：Unang sumasapit ang tagsibol, pagkatapos ay tag-araw.
　　　　　春天来了，接着是夏天。

4. mabait：好的、善良的

　　例句1：Isang mabait na tao　　一个善良的人

　　例句2：Ang aming guro'y mabait; pinuri niya ang gawa ng lahat ng tinuturuan.　　我们的老师很宽容，他赞扬学生所做的事情。

　　例句3：Mabait na magsalita.　　好好说。

5. kung（与kapag是同义词）表示"如果、是否、除非"

　　例句1：Lalakad (Pupunta) ako kung ako'y sasamahan mo.
　　　　　如果你陪我一起去的话，我就去。

例句2：Kung darating si Juan, tatawagin mo ako.
如果胡安来了，就给我打电话。

（注：Kung 引导的句子用将来时表示不是非常确定。）

例句3：Itinanong niya kung dapat niyang tapusin ang trabaho.
他问是否必须完成工作。

例句4：Hindi siya pupunta maliban kung samahan mo siya.
他不会去，除非你陪他去。

kung hindi 否则

Susunod ka, kung hindi ay parurusahan kita.
听我的，否则我就惩罚你。

6. nais 表示愿望

例句1：Nalalaman ni Ina kung ano ang nais ko.
妈妈知道我的愿望。

例句2：Ang nais niya'y magkaroon ng bisikleta para sa Pasko.
他的愿望是在圣诞节拥有一辆自行车。

语法　Balarila

形容词

　　菲律宾语中的形容词是非常丰富的一大类词，因为许多词根都可以通过添加各种词缀变成起修饰作用的词，也就是说，多数词根都可以结合词缀经过适当的变换后成为修饰语。修饰语有许多具体的"词根—形容词"构词办法，它们属于该词具体用法所探讨的范畴，而这里我们先讨论较为一般意义上的形容词在句中的作用及其基本的构词方法，主要是要学习和掌握最为普遍的形容词构词方法。

第十二课　开学的第一天

Aralin 12　Unang Araw ng Pasukan

一、形容词的用法

和其他很多语言一样，菲律宾语中形容词在句中通常也是发挥两种作用：表语和修饰语，让我们先来看这几个例句：

① Ang babaing mataba ay masaya.　这个胖女人很开心。

② Ang malaking bahay ay isang magandang paaralan.

　这栋大房子是一所漂亮的学校。

③ Ang hanging malakas ay malamig.　大风很冷。

④ Marunong ang batang mabait.　这个温顺的孩子很聪明。

⑤ Maganda ang aklat na bago.　这本新书很漂亮。

形容词作为表语的用法较为简单，通常就是将形容词和主语的标志ang、si以及表示主谓关系的小品词ay一起使用。在主语—谓语式的句式中，多是"ang／si＋主语＋ay＋形容词"，例如上面的"Ang babaing mataba ay masaya."在谓语—主语式的句式中，则多是"形容词＋ang／si＋主语"，例如上面的"Marunong ang batang mabait."当然，谓语—主语式的还是更为常用些。

形容词作为修饰语的用法就相对较为复杂了。修饰词和中心词的位置关系有两种情况：（1）前置型：形容词放在所修饰名词的前面，即"形容词＋中心语"，例如malaking bahay、magandang paaralan、malakas na hangin、mabait na bata；（2）后置型：形容词放在所修饰名词的后面，即"中心语＋形容词"，例如babaing mataba、hanging malakas、batang mabait、aklat na bago。

形容词放在所修饰的词的前面或后面都是可以的，表达的意义基本没有差别，前置或后置属于个人的用法习惯，有时也会为了便于对方理解、消除歧义或者出于读音上的方便，而在具体的语境中有选择地使用前置型或后置型。不过数词作为修饰语时必须把数词放在被修饰词的前面。此外，有时后置型的表达法有表达相对较为强调形容词修饰语本身的意味。

所以根据这些原则，上面的例句可以改写成如下的形式，并表示同样的意思。

① Ang matabang babae ay masaya. 这个胖女人很开心。

② Ang bahay na malaki ay isang paaralang maganda.
这栋大房子是所美丽的学校。

③ Ang malakas na hangin ay malamig. 大风很冷。

④ Marunong ang mabait na bata. 这个温顺的孩子很聪明。

⑤ Maganda ang bagong aklat. 这本新书很漂亮。

注意，无论是哪种情况中，都要根据实际情况使用相应的连接结构na或-ng，连接结构总是跟在前置的成分后面。所谓的连接结构就是在构成修饰关系或者和合成的一个成分而相连的两词或多个词之间，添加相应的结构或词以完成一种修饰关系。如果前一个词以非n的辅音结尾，则后面加上连接词na，然后再跟上第二个词；如果前一个词以元音结尾，则在前一个词的词尾加上后缀-ng，然后再跟上第二个词；如果前一个词以字母n结尾，则类似于元音结尾的情况，在前一个词的词尾加上后缀-g，即可以看作是-ng，然后再跟上第二个词。除了在一些特殊的字串中连接结构可以被省掉，大部分情况下都必须使用。具体要使用到的情况有：名词和名词、形容词和名词、名词和代词、副词和动词、代词和形容词等等。

（1）以非n的辅音结尾，在第一个词的后面加连接词na，如下：

| bahay | bahay na malaki | 大房子 |
| tahimik | tahimik na bata | 安静的孩子 |

（2）元音结尾，在第一个词的词尾加上后缀-ng

| maganda | magandang babae | 漂亮的女人 |
| lalaki | lalaking mabait | 善良的男人 |

（3）以n结尾，在第一个词的词尾加上后缀-g，相当于-ng。

| ulan | ulang malakas | 大雨 |
| hangin | hanging malamig | 冷风 |

菲律宾语中的连接结构是一个非常灵活的语法现象，有时候可

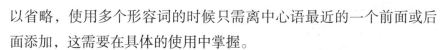

第十二课　开学的第一天
Aralin 12　Unang Araw ng Pasukan

以省略，使用多个形容词的时候只需离中心语最近的一个前面或后面添加，这需要在具体的使用中掌握。

二、形容词的构成

我们在这里看到的很多形容词都是以ma-开头的，实际上前缀ma-是最常见的构成形容词的词缀。有时要对词根稍作变换，有时则不需任何变化，只要在词根前加上ma-，即可构成形容词。比如：dami（数量）—marami（很多的）、sipag（努力）—masipag（勤奋的）、bilis（速度）—mabilis（快的）、dumi（脏物）—marumi（脏的）、liwanag（光）—maliwanag（明亮的）、dilim（黑暗）—madilim（黑暗的）、saya（快乐）—masaya（开心的、高兴的）、husay（技能、能力）—mahusay（熟练的）、haba（长度）—mahaba（长的）、layo（距离）—malayo（遥远的）、itim（黑色）—maitim（黑色的）、puti（白色）—maputi（白色的）、tapang（勇气）—matapang（勇敢的）、ingay（噪音）—maingay（吵闹的）。其他还有很多构成办法，我们将在具体学习各词根时候学习。

一些常用的形容词：

颜色（kulay）	
红色的	pula
蓝色的	asul，bughaw
绿色的	berde，luntian
黑色的	itim
白色的	puti
棕色的	tsokolate，kape，kayumanggi
灰色的	abo，abuhin
橙色的	kulay dalandan
粉红色的	rosas

紫色的	lila, biyoleta
黄色的	dilaw
金黄色的	ginto
银色的	pilak
大小（laki）	
大的	malaki
小的	maliit
高（事物）的	mataas
高（人）的	matangkad
矮（人）的	pandak
矮、低（事物）的	mababa
长的	mahaba
短的	maikli, maigsi
形状（hugis, korte）	
方形的	parisukat, kuwadrado
圆形的	bilog
三角形的	tatsulok, trianggulo
长方形的	parihaba, rektanggulo
椭圆形的	biluhaba
拉长的	haba
心形的	hugis-puso, korteng puso
味道和气味（lasa & bango）	
咸的	maalat
甜的	matamis
酸的	maasim
苦的	mapait
辣的	maanghang
腐臭的	maanta

第十二课　开学的第一天
Aralin 12　Unang Araw ng Pasukan

平淡，没有味道的	matabang，walang-lasa
好吃的，味道好的	masarap, malasa, malinamnam
酸涩（水果）的	mapakla
好闻的，有味道的	maamoy
芳香的	mabango
难闻的、臭的	mabaho
（鱼）腥味的	malansa
感觉和质地（pandama & kalagayan）	
平滑的	pino
粗糙的	magaspang
细腻的	makinis
粘的	malagkit
脆的	malutong
有刺的	matinik
硬的	matigas
软的	malambot
稀的	malabnaw
稠的	malapot
有弹力的	makunat
生的	hilaw
熟的	hinog
腐烂的	bulok
嫩的	mura
老的	magulang
热的	mainit
凉的	malamig
温的	maligamgam
新鲜的	sariwa

基础菲律宾语（第一册）

蔫的	lanta
（鱼）腐臭的	bilasa

练习　Pangkasanayan

1. 根据下面的名词中心语和形容词修饰语，用主谓式和谓主式两种语序各造15个句子。注意要使用这些形容词作修饰语来修饰主语，而不要用来作表语充当谓语。注意造句时，形容词修饰语可以前置也可以后置。

名词中心语　　　　　　　　　形容词修饰语

binata 未婚男子　　　　　　　marami 很多

dalaga 未婚女人　　　　　　　masipag 勤奋的

damit 衣服　　　　　　　　　mabilis 快的

gabi 夜晚　　　　　　　　　　marumi 脏的

araw 白天　　　　　　　　　　maliwanag 明亮的

gamot 药品　　　　　　　　　madilim 黑的

gulay 蔬菜　　　　　　　　　　masaya 高兴的

hardin 花园　　　　　　　　　mahusay 好的

ibon 鸟　　　　　　　　　　　sariwa 新鲜的

ilog 河流　　　　　　　　　　mahaba 长的

lamok 蚊子　　　　　　　　　malayo 远的

tubig 水　　　　　　　　　　　maitim 黑的

hayop 动物　　　　　　　　　maputi 白的

dagat 海　　　　　　　　　　matapang 勇敢的

langit 天空　　　　　　　　　maingay 躁音的

bundok 山峦　　　　　　　　tahimik 安静的

dahon 叶子　　　　　　　　　asul 蓝色

mangga 芒果　　　　　　　　matamis 甜的

第十二课 开学的第一天
Aralin 12 Unang Araw ng Pasukan

2. 把下列词翻译成菲律宾语，然后用它们造句。

有钱人	干净的食物	可怜的女人	脏鞋子
新鲜的鱼	强壮的身体	新衣服	漂亮的女孩
小孩子	好老师	喧闹的马尼拉	小花

3. 用所给形容词的正确形式填空。

Halimbawa: pula Ang pulang lobo ay lumipad sa himpapawid.

malaki   1. Ang _____ palengke ay nasunog.

marami   2. Dumating kaagad ang _____ bumbero.

bago   3. Nasunog din ang mga _____ bahay.

mababa   4. Ang _____ tulay ay bumagsak.

luma   5. Nabagsakan ang isang _____ bangka.

matanda   6. Napilayan ang _____ bangkero.

dalubhasa 7. Ginamot siya ng _____ manggagamot.

mataba   8. Binigyan ng _____ manok ang doktor.

sariwa   9. Dinalhan siya ng _____ isda at gulay.

kaunti   10. Binayaran ng _____ pera ang manggagamot.

4. 用形容词填空。

(1) _____ ang ilog kapag may baha.

(2) _____ ang hangin kapag may bagyo.

(3) _____ ang kalye kapag umuulan.

(4) _____ kumain ng keik at sorbetes.

(5) _____ ang sorbetes.

(6) _____ ang keik.

(7) _____ ang bulaklak.

(8) _____ ang daing na isda.

(9) _____ ang langit.

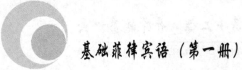

(10) _____ ang lupa.

(11) _____ ang kumain.

(12) _____ ang magluto ng pagkain.

(13) _____ ang gulay sa bukid.

(14) _____ ang maraming kaibigan.

(15) _____ ang nag-iisa.

(16) _____ ang mag-aral.

(17) _____ ang matulog.

(18) _____ ang batang mataba.

5. 熟读以下句子。

(1) Higit na malaki ang bapor kaysa bangka.

(2) Ang upo ay higit na mahaba kaysa talong.

(3) Higit na mabilis ang trak sa kariton.

(4) Ang mata ay higit na maliit kaysa buwan.

(5) Higit na maliwanag ang bombilya kaysa kandila.

6. 短文填空。

ANG AMING TAHANAN

_____ ang aming tahanan. _____ ang kapatid kong si Ricky. _____ ang kapatid kong si Mely. _____ magluto ang nanay ko. Marunong din na _____ ng bakuran ang tatay ko. _____ kaming mag-anak.

ANG ALAGA KONG HAYOP

_____ ang alaga kong hayop. _____ ang balahibo nito. _____ ang mga kuko nito. Kumakain ito ng isdang _____. Umiinom ito ng _____ na tubig. _____ ang aking alagang hayop.

第十二课 开学的第一天

Aralin 12 Unang Araw ng Pasukan

ANG AKING INA

_____ ang aking ina. _____ siya. _____ siyang magluto, _____ siya. _____ ang aking ina.

ANG BULAKLAK

_____ ang rosas. _____ ito. _____ ito. Nilalagay namin ito sa _____ plorera.

ANG AMING PAARALAN

_____ ang aming paaralan. _____ bata ang nag-aaral doon. _____ ang mga guro naman. _____ ang mga silid-aralan. _____ ang laruan namin.

7. 对比填空。

   1. Madilim kung gabi.

      _____ kung araw.

   2. Malinaw ang tubig sa gripo.

      _____ ang tubig sa kanal.

   3. Malinis ang sanggol.

      _____ ang pulubi.

   4. Malambot ang putik.

      _____ ang bato.

   5. Madali ang maging tao.

      _____ magpakatao.

8. 用以下形容词造句。

   Matalino

   Masipag

Mabilis

Malalim

Maasim

阅读　Pagbabasa

1. 对话

Maagang gumising si Rex

"Ang aga mong gumising ngayon," sabi ng nanay niya.

"Opo, Nanay. Sasabay po ako kina Nonoy at Jose," sabi ni Rex.

"Sina Nonoy at Jose pala ang kasabay mo. Kasama rin ba ninyo sina Rey at Manuel?" tanong ng kanyang nanay.

"Hindi po kasama sina Rey at Manuel. Ako, Si Nonoy, at si Jose lang po ang sabay-sabay na papasok.

"Sige, magbihis ka na at pumasok na kasama sina Nonoy at Jose" sabi ng kanyang ina.

2. 短文

Maging abala habang bakasyon

Bawat estudyante ay may iba't ibang palagay para sa bakasyon. Mayroong nasisiyahan dahil nakaligtas na sila sa paggagawa ng mga takdang-aralin, walang pananaliksik, walang masusungit na guro at hindi na kinakailangang gumising nang maaga. Ito ang panahon upang magpahinga. Mayroon ding natutuwa dahil makakapagbakasyon sa kani-kanilang probinsiya. At ang ilan naman ay dahil makakapaglangoy sila sa mga paborito nilang dalampasigan. Samantala, mayroon ding nakararanas ng kalungkutan. Una, dahil naputol na ang pagbibigay ng kanilang mga magulang ng allowance. Ikalawa, ito ay isa sa mga panahon na

第十二课　开学的第一天
Aralin 12　Unang Araw ng Pasukan

nakakabagot dahil sa kakulangan sa magagawa.

Kaya't heto ang ilang paraan upang mabawasan ang ating pagkabagot: Manood ng telebisyon. Humanap ng magandang palabas na maaaring makapagbigay sa'yo ng kasiyahan at makapapasa sa iyong panlasa. At siyempre maganda rin kung manonood ka ng balita.

Makinig ng radyo. Kung ikaw naman ay may hilig sa musika at marunong kang kumanta at sumayaw, ito ang para sa'yo. Ito ang tamang panahon upang malinang ang ating mga kakayahan.

Magbasa ng diyaryo at libro. Ang pag-aaral ay hindi nagtatapos kapag dumarating ang bakasyon, at ito ang magandang pagkakataon upang madagdagan pa ang ating kaalaman. Napakahaba ng panahon na maaari nating iukol sa pagbabasa. Ngunit hindi lamang sa pagbabasa maaaring makakuha ng kaalaman. Hindi lahat ng bagay ay matutunan sa aklat. Maaari itong matutunan sa pagiging maalam sa ating kapaligiran. Hindi natin kailangang ikulong ang ating mga kaisipan sa apat na sulok ng paaralan at apat na sulok ng aklat, imulat natin ang ating mga mata sa tunay na kalagayan ng ating lipunan.

Kumain ng wastong pagkain at mag-ehersisyo. Karaniwan sa ganitong bakasyon, ito ang panahon ng mga kapistahan. Marami ang piyestahan sa buong bansa. Ibig sabihin, maraming pagkain. Malaki ang posibilidad na tayo ay tumaba. Upang maisuot pa natin ang ating mga uniporme sa susunod na pasukan, kailangan nating bantayan ang ating pagkain. Kailangang siguruhin natin na kumakain tayo nang wasto at sapat. At upang mapanatili natin ang ganda at lakas ng ating katawan kailangang hindi natin kalimutan ang pag-eehersisyo. Sa ganito, mababawasan ang mga taba natin sa katawan.

Umisip ng negosyong maaaring mapagkakitaan. Dahil bakasyon at walang allowance, mas makabubuti kung mag-iisip tayo ng negosyo upang makaipon tayo ng perang maaari nating gamitin sa susunod na pasukan. Makakatulong pa tayo sa ating mga magulang dahil maaari natin itong gamiting pambili ng mga gamit natin sa eskuwela. Hindi ba't masarap gamitin ang perang pinagpawisan mo?

Manghiram ng aklat. Kung mayroon kayong kakilala na nasa higher year, lakasan na ninyo ang loob ninyong mahiram ang kanilang libro upang hindi na tayo mahirapan sa mga subject natin sa susunod na pasukan, magbasa-basa na tayo ng mga aklat.

Ayusin ang kagamitan. Maaari nating ayusin ang ating mga gamit noong nakaraang pasukan at piliin ang mga gamit na maaari mo pang gamit sa susunod at ang mga hindi na kailangan ay maaari nang itabi.

Tumulong sa kalikasan. Ikaw man ay marunong magtanim o hindi, may green thumb ka man o wala, kung may hilig ka sa paghahalaman, maaari mo itong isagawa. Mapagaganda mo na ang inyong bakuran, nakatulong ka pa sa kalikasan lalo na ngayon ngang panahong ito na untiunting nauubos ang ating mga puno sa gubat.

Siguro sa mga suhestiyon na iyan ay may mapipili kang nababagay sa iyo. Ngayon ang desisyon kung paano mo magagawang kapakipakinabang ang natitira mo pang araw bago ang muling pagbalik sa eskuwela. I-enjoy mo lang kung anuman ang gagawin mo.

第十三课 地图与方向
Aralin 13　Ang Mapa at ang mga Direksyon

课文　Testo[①]

　　Ang mapa ay isang patag na larawan ng isang lugar o bansa. Makikita rito ang malalaking bahaging lupa at tubigan ng bansa. Narito ang halimbawa ng mapa. Ito ang mapa ng Pilipinas. Pag-aralang mabuti ang mga lugar na makikita rito.

　　Ang iba't ibang maliliit na bahagi ng bansa tulad ng mga barangay, bayan, lungsod, at mga lalawigan ay makikita rin sa mapa upang ituro kung nasaan ang hilaga. Maraming simbolo ang makikita sa mapa. Ang mga ito ay sumasagisag o nagpapakilala ng mga bagay na matatagpuan sa isang lugar.

　　Mahalagang matutunan ang pagtingin sa mapang pampamayanan. Dapat matutunan ang apat na

---

① Laura V. Ocampo, *Pilipinas: Bayan Ko 2*, Makati: The Bookmark, Inc., 2004, pp. 51-55.

pangunahing direksyon. Ang mga ito ay ang sumusunod:

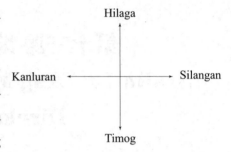

Kung titingnan ang mapa, unang hanapin ang pananda na nakaturo sa hilaga. Kapag nakita na ito malalaman ang direksyong kasalungat nito. Ito ang timog. Nasa gawing kanan naman ang silangan at ang kasalungat nito ay kanluran.

Sa silangan sumisikat ang araw at lumulubog ito sa kanluran. Kung nakaharap sa silangan ang direksyon sa likod ay kanluran, hilaga sa gawing kaliwa at timog sa gawing kanan. Ang direksyon ang nakatutulong sa mabilis na paghahanap ng lugar sa isang mapa.

Sa pagitan ng mga pangunahing direksyon ay ang mga pangalawang direksyon. Hilagang Silangan sa pagitan ng Hilaga at Silangan. Hilagang Kanluran sa pagitan ng Hilaga at Kanluran. Timog Kanluran sa pagitan ng Timog at Kanluran. Tingnan ang halimbawa ng isang mapang pampamayanan.

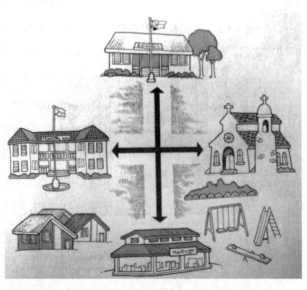

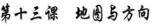

Aralin 13 Ang Mapa at ang mga Direksyon

Saang direksyon matatagpuan ang mga bahay? parke? simbahan? paaralan?

May mga simbolo o pananda na matatagpuan sa isang sulok ng mapa. Ang mga ito ay kapareho ng mga bagay na kanilang sinasagisag. Narito ang ilang halimbawa ng mga simbolo na makikita sa mapa.

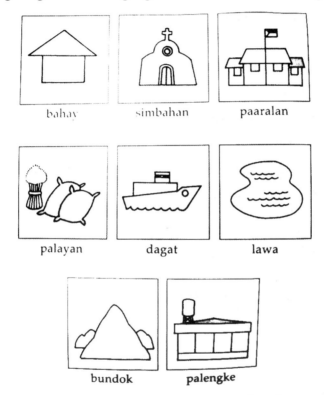

May iba't ibang uri ng mapa ayon sa gamit o impormasyon na ipinakikita nito. Ang mga ito ay ang sumusunod:

1. **Mapang Pampamayanan** — Ipinakikita nito ang mga bagay o lugar na matatagpuan sa isang pamayanan.

2. **Mapang Pulitikal** — Ipinakikita nito ang teritoryo o hangganan ng mga pook, tulad ng mga rehiyon o bansa, lungsod, lalawigan, bayan, o barangay.

3. **Mapang Pangkabuhayan** — Ipinakikita naman dito ang mga uri ng pananim, produkto, at hanapbuhay sa isang pook.

4. **Mapa ng Pangkat-Etniko** — Sa pamamagitan ng kulay, ipinakikita nito kung saan matatagpuan ang kinaroroonan ng mga pangkat-etniko sa isang lugar.

5. **Mapang Pandaan** — Dito makikita ang mga pananda ng isang pook, tulad ng mga pangunahing kalsada.

6. **Mapang Pisikal** — Dito makikita ang mga anyong lupa at anyong tubig na matatagpuan sa isang lugar.

7. **Mapang Pangklima** — Dito makikita ang pangkalahatang kalagayan ng panahon sa bawat lugar.

8. **Mapang Pampopulasyon** — Dito makikita ang kabuuang populasyon ng bawat lugar sa ating bansa.

对话　Usapan[①]

T: Tsuper ng taksi　P=Pasahero

T: Saan kita ihahatid?

P: Sa Otel Silangan.

T: Ito ba ang una mong bisita sa siyudad namin?

P: Oo. Malaki at moderno ang inyong airport.

T: Maraming bagong gusaling itinatayo sa siyudad na ito. Dinadaanan natin ngayon ang sentrong komersyal. Narito ang mga bangko, malalaking department store, mga restawran at kainan, mga opisina, at mga kompanya.

P: Talagang maunlad ang siyudad ninyo.

---

① *Let's Converse in Filipino*, pp.111-112.

第十三课 地图与方向
Aralin 13　Ang Mapa at ang mga Direksyon

T: Dito sa lugar na ito matatagpuan ang mga groseri, mga tindahan, ang estasyon ng pulis, at ang estasyon ng bumbero; may mga pamilihan din.

P: Malayo pa ba rito ang Otel Silangan?

T: Mga dalawang kilometro pa mula rito.

P: Tiyak na magugustuhan ko ang isang linggong pagbisita sa siyudad na ito.

T: Babalik kang piho. Maraming magagandang lugar sa siyudad namin.

单词表　Talasalitaan

halimbawa	例子
barangay	村子、巴朗盖（菲律宾最小的社区单位）
lungsod	城市
lalawigan	省（多指除首都马尼拉外的省份）
hilaga	北方
simbolo	标志
sumasagisag	代表 (r.w. sagisag)
matatagpuan	（被）找到、遇到、看到 (r.w. tagpo)
mahalaga	重要的、珍贵的 (r.w. halaga)
pampamayanan	社区的 (r.w. bayan)
pananda	标记、记号 (r.w. tanda)
kasalungat	相反的、逆向的 (r.w. salungat)
timog	南方
gawi	方向
silangan	东方
kanluran	西方
sumisikat	照耀 (r.w. sikat)

基础菲律宾语（第一册）

lumulubog	沉没 (r.w. lubog)
sulok	角落
kapareho	相同的、相当于……的 (r.w. pareho)
palayan	稻田 (r.w. palay)
palengke	市场
ayon sa	根据
impormasyon	信息
pulitikal	政治的、行政的
teritoryo	地域、领土
hangganan	边界 (r.w. hanggan)
rehiyon	区域
pangkabuhayan	经济的 (r.w. buhay)
pananim	农作物 (r.w. tanim)
produkto	产品
hanapbuhay	生计，职业
pangkat-etniko	民族
sa pamamagitan ng	通过
kinaroroonan	地点、位置 (r.w. doon)
pandaan	道路的 (r.w. daan)
kalsada	大街
pisikal	自然的、物质的、物理的
anyo	形态、形状
pangklima	气候的 (r.w. klima)
pangkalahatan	全部的、总体的 (r.w. lahat)
kalagayan	状态 (r.w. lagay)
panahon	天气
pampopulasyon	人口的 (r.w. populasyon)
kabuuang	全部的、总体的 (r.w. buo)

第十三课 地图与方向

Aralin 13 Ang Mapa at ang mga Direksyon

truper	司机
ihahatid	送 (r.w. hatid)
bisita	游览
itinatayo	建立 (r.w. tayo)
dinadaanan	路过 (r.w. daan)
maunlad	发达的 (r.w. unlad)
bumbero	消防员
pamilihan	商店 (r.w. bili)
magugustuhan	喜欢、享受 (rw. gusto)
piho	确定

注释 Tala

课文注释：

1. Pag-aralang mabuti ang mga lugar na makikita rito.

   na引导定语从句makikita rito，修饰lugar。

2. Kung titingnan ang mapa, unang hanapin ang pananda na nakaturo sa hilaga. Kapag nakita na ito malalaman ang direksyong kasalungat nito.

   kasalungat ng……与……相反的。

   例句：Ang sabi niya ay kasalungat ng totoo.

3. May iba't ibang uri ng mapa ayon sa gamit o impormasyon na ipinakikita nito.

   1) ayon sa为固定用法，意为"根据"之意。

   例句：Ayon sa sinabi niya, hindi na sila magkaibigan.

   2) ipinakikita原型为ipakita，为"显示，展示"之意。

   例句：Ipinakita sa amin ng maliit na batang babae ang kaniyang laruan.

4. Airport

　　菲律宾语的机场为paliparan，词根为lipad飞翔，pa-an或者-an词缀表示动作发生的场所，即机场。文中出现的tindahan、pamilihan、palaruan和aklatan都属于类似用法。

5. Maraming bagong gusaling itinatayo sa siyudad na ito.

　　tayo的本意是站立，表示主动状态时使用maka-等词缀；当表示建立时则使用i-词缀，表示被动。

　　例句：Itinayo ang gusaling iyan limampung taon na ang nakaraan.

6. Dinadaanan natin ngayon ang sentrong komersyal.

　1) dinadaan的词根是daan，是道路的意思。使用-an词缀是以动作发生的方向、地点为主语，在这里翻译为路过。

　　例句：Dadaanan kita mamayang gabi.

　2) sentrong komersyal即Commercial center。

语法　Balarila

主格人称代词

　　主格人称代词指的是在句中以主格的形式作为主语而使用的人称代词，它指代的是相应的名词性主语成分，既是人称代词的一种，又是主格代词的一种。菲律宾语的主格代词根据指代的不同，可以分为两类：用来指代人的主格人称代词，以及用来指代物的主格指示代词。菲律宾语的人称代词可以分为主格、宾格、介词格（与格）和所有格（属格）四类人称代词，其中主格是最为基本的，其他的我们将在以后学习。在语法意义上，主格人称代词的用法和用作主语的名词以及主格指示代词都有一些相通之处；对主格人称代词进行一些变换，就可以得出相对应的宾格人称代词、与格人称代词以及所有格人称代词。所以掌握好主格人称代词是掌握菲

第十三课　地图与方向
Aralin 13　Ang Mapa at ang mga Direksyon

律宾语代词的基础。

菲律宾语的主格人称代词有ako，ka，ikaw，siya，kami，tayo，kayo，sila，分别指代不同的人称和单复数：

人称＼单复数	单数	复数
第一人称	ako	tayo（包括听话人） kami（不包括听话人）
第二人称	ikaw（前置主语） ka（后置主语）	kayo
第三人称	siya	sila

第一人称单数：ako，即"我"。注意，根据ay前面词的词尾是元音可以缩写的规律，ako用在主谓句中，后面直接接ay时，有时也缩写成ako'y，以利于读音的协调。

Ako ay si John.	我是约翰。（主谓句）	
Ako si John.	我是约翰。（主谓句）	
Si John ako.	我是约翰。（谓主句）	
Ako ay lalaki.	我是男的。（主谓句）	
Lalaki ako.	我是男的。（谓主句）	
Ako'y nag-aaral.	我在学习。（主谓句）	
Nag-aaral ako.	我在学习。（谓主句）	
Ako'y masipag.	我是勤奋的。（主谓句）	
Masipag ako.	我是勤奋的。（谓主句）	
Ako'y malusog.	我很健康。（主谓句）	
Malusog ako.	我很健康。（谓主句）	

第一人称复数：kami和tayo，即"我们"。注意，两者的区别在于是否包括听话人本人。tayo包括了说话人以及听话人本人，实际上是第一人称和第二人称的联合指称，既可以指一个说话人和多

个听话人，也可以指多个说话人和一个听话人，还可以仅指一个说话人和一个听话人。而kami是第一人称复数，对于听话人是排他的，它所指的说话人须是多个。kami和tayo后跟ay组成主谓句时，有时也缩写成kami'y 和tayo'y。

Kami ay sina John at Helen.　　我们是约翰和海伦。（主谓句）

Kami'y magkapatid.　　我们是兄弟姐妹。（主谓句）

Kami'y mababait.　　我们很友善。（主谓句）

Mababait kami.　　我们很友善。（谓主句）

Mahihirap kami.　　我们很穷。（谓主句）

Sina John at Mary tayo.　　咱们是约翰和玛丽。（谓主句）

Magkaibigan tayo.　　咱们是朋友。（谓主句）

Mga bata tayo.　　咱们是孩子。（谓主句）

Tayo'y mababait.　　咱们是友好的。（主谓句）

Tayo'y masisipag.　　咱们是勤奋的。（主谓句）

第二人称单数：ikaw 和 ka，即"你"。注意，两者的区别在于，ikaw是前置的主语代词，用于主谓句中或者单独成句使用；ka则是后置的主语代词，用于谓主句中。因为菲律宾语中大量使用的都是谓主句，所以ka比ikaw使用的要多。

1. ikaw作为人称代词指代主语时，必须前置，所以必须用在主谓句中。同样的，主谓句的第二人称单数代词主语也只能用ikaw，绝不能用ka。此时用ay或者ang来引导谓语，比如：

Ikaw ay si Mary.　你是玛丽。

Ikaw ay babae.　你是女人。

Ikaw ang estudyante ni Propesor Wang.　你是王教授的学生。

Ikaw ang pupunta sa simbahan bukas.　明天你要去教堂。

2. ikaw单独使用时，最常见的是在回答问题时，用主语人称代词单独组成答句，比如：

Sino ang pupunta sa palengke? Si Nanay at ikaw.

第十三课　地图与方向

Aralin 13　Ang Mapa at ang mga Direksyon

谁去市场呢？妈妈和你。

或者用在其他由主语人称代词单独成句的情况中，注意，凡是在主语人称代词单独成句的时候，绝不能用ka。比如：

Kumusta ka? Mabuti naman. At ikaw?　你好吗？我还好。你呢？

Pumili tayo ng isang estudyante. Ikaw?

咱们选一个学生出来吧。你怎么样？

3. ka作为后置的人称代词指代主语时，必须用在谓主句中。同样的，谓主句的第二人称单数代词主语也只能用ka，绝不能用ikaw。比如：

Masipag ka.　　你是勤奋的。

Malusog ka.　　你是健康的。

Batang lalaki ka.　　你是男孩儿。

Pupunta ka sa simbahan bukas.　　明天你要去教堂。

第二人称复数：kayo，即"你们"。注意，kayo后跟ay组成主谓句时，有时也缩写成kayo'y。

Kayo ay sina John at Helen.　　你们是约翰和海伦。（主谓句）

Sina John at Helen kayo.　　你们是约翰和海伦。（谓主句）

Kayo ay magkapatid.　　你们是兄妹。（主谓句）

Magkapatid kayo.　　你们是兄妹。（谓主句）

Kayo'y mababait.　　你们是友好的。（主谓句）

Malusog kayo.　　你们是健康的。（谓主句）

第三人称单数：siya即"他，她"。菲律宾语的第三人称单复数不区分性别，且一般只能指第三人称的人，没有"它"或"它们"的意思，不能用来指物。siya和后面的sila只有在修辞中才会用来指物，表示拟人化。注意，siya后跟ay组成主谓句时，有时也缩写成siya'y。

Siya ay si Peter.　　他是彼得。（主谓句）

Si Jose siya.　　他是何塞。（谓主句）

基础菲律宾语（第一册）

Siya'y bata.　　　　　　她（他）是个孩子。（主谓句）

Mag-aaral siya.　　　　她（他）是学生。（谓主句）

Matalino siya.　　　　　他（她）很聪明。（谓主句）

Siya'y mabait.　　　　　她（他）很友善。（主谓句）

第三人称复数：sila，即"他们，她们"。注意，sila后跟ay组成主谓句时，有时也缩写成sila'y。

Sila ay sina John at Mary.　　他们是约翰和玛丽。（主谓句）

Sina Peter at Julia sila.　　　他们是彼得和朱莉娅。（谓主句）

Sila'y magkaibigan.　　　　　他们是朋友。（主谓句）

Mga kaklase ko sila.　　　　　他们是我的同学。（谓主句）

Sila'y magaganda.　　　　　　他们很漂亮。（主谓句）

Matalino sila.　　　　　　　　他们很聪明。（谓主句）

主格人称代词做敬语

菲律宾语中有时也用kayo来指代第二人称单数，用sila来指代第三人称单数，这两种用复数意义代词来指代单个人称的用法是一种向所指代的对象表达尊敬和礼貌的敬语。具体用法是在对表示尊敬的单个对象用第二人称和第三人称称呼时，用kayo取代ikaw和ka，用sila取代siya。

普通句：Ikaw ba ay guro?　你是老师吗?

敬语句：Kayo ba ay guro?　您是老师吗?

普通句：Bibisita si Dr. Li sa amin, kailan siya dumating?

　　　　李博士要拜访我们，他什么时候到?

敬语句：Bibisita si Dr. Li sa amin, kailan sila dumating?

　　　　李博士要拜访我们，他什么时候到?

当然，若想表示尊敬的对象本来就是多个，依旧使用kayo和sila，从句子的形式上就看不出和没有表示敬意的普通句有什么区别了。"Sila ba ang guro?"这个句子就既可以表示"他们是老师

第十三课　地图与方向

Aralin 13 Ang Mapa at ang mga Direksyon

吗？"，也可以表示"他是一位老师吗？"的敬语句。同样地，"Mabait kayo sa akin."既可以理解为"您对我很友好"，也可以理解为"你们对我很友好"。但是这种容易产生歧义的情况很少出现，因为习惯上敬语的使用都是在对话中，用kayo指代听话人、用sila指代两人谈论到的第三个人是实际使用中最常见的两种敬语情况，极少会出现谈及多个人的敬语。而且对话中常常和敬语的复数人称代词po连用，这样就更少会造成歧义。除了kayo和sila，它们相应的第二人称和第三人称复数的宾格、所有格，如ninyo、inyo、nila、kanila，在必须使用这些格的代词时，也可以用来表示敬语，这些词的用法和对应的主格人称代词相同。

菲律宾语中另一种表示敬语的用法就是使用po，po表示对于听话人的尊重，所以实际使用中，往往和表敬语的第二人称复数代词连用，"kayo po"或"po kayo"。如：kumusta po kayo? 有时po也单独出现在句中，虽没有kayo、ninyo或inyo这些表示敬语的第二人称代词，但仍然表示对于听话人的尊重，比如：Siya po si Peter. Ako po si James. 这两个句子都是在向听话人做介绍时表达对听话人的礼貌。

例如：

Siya po si Peter.（对听话对方）

Sila si Peter.（对第三人称方）

Sila po si Peter.（对听话对方和第三人称方）

练习　Pangkasanayan

1. 回答下列问题。

(1) Ano ang matatagpuan sa hilaga ng simbahan?

(2) Ano ang matatagpuan sa silangan?

(3) Ano ang matatagpuan sa timog ng simbahan?

(4) Ano ang matatagpuan sa dakong kanluran?

(5) Saang direksyon makikita ang parke?

(6) Saang direksyon makikita ang bundok?

(7) Saang direksyon makikita ang dagat?

(8) Ano ang nasa dakong timog ng bahay?

(9) Ano ang nasa dakong silangan ng paaralan?

(10) Ano ang nasa dakong timog ng paaralan?

第十三课　地图与方向
Aralin 13　Ang Mapa at ang mga Direksyon

2. 写出下列代词并造句。

　　(1) 第三人称，单数

　　(2) 第二人称，单数，表示尊敬

　　(3) 第一人称，单数

　　(4) 第二人称，复数

　　(5) 第三人称，复数

3. 用代词非直接宾语造10句话，再把代词变成人名。

4. 对话。

　　(1)　利用课文中所学到的单词描述学校里的教学楼、办公楼、食堂以及各个景点的位置。

　　(2)　如果你的同学到你所在的城市旅游，你会如何向他们介绍？利用课文和对话中所学到的单词组织一段对话。

阅读　Pagbabasa

Magandang Paruparo[①]

　　Halos kasinlaki lamang ng ulo ng aspili ang munting itlog. Napisa ang itlog at lumabas ang munting uod. Madilaw-dilaw na berde. Makinis ang balat at kumikislap sa araw. May mga nakabalatay na guhit na itim sa katawan nito. Matakaw ang munting uod. Kain nang kain iyon ng mga dahon. Ang dami niyang kumain kaya't lumaki nang lumaki at bumigat. Halos hindi ito makakilos. Humanap siya ng lugar na matutulugan.

　　Humabi ang uod ng sutlang supot sa isang matabang tangkay. Sa

---
① *Alpabeto ng Balarila 4*, p.253.

pagkakabitin sa tangkay, muli na namang pumutok ang sutlang supot gaya ng ilang beses nang nangyayari. Ngayon, hindi na siya nagpilit lumabas sa lumang supot. Manipis, makislap, at kulay berde ang kanyang bagong supot. Nagkaroon siya ng mga patak-patak sa katawan. Naging chrysalis ang uod.

Maraming araw siyang natulog doon, sa init ng araw, sa patak ng ulan, at sa ihip ng hangin.

Maraming pagbabago ang nangyayari sa chrysalis sa loob ng sutlang supot. Gising na ito at pagalaw-galaw. Ibig nang lumabas sa kulungang sutla. Nagpilit ito. Lumabas ang isang basa at tila matandang insekto. Mayroon itong anim na paa at dalawang pandama sa ulo. May dalawang basang kung ano sa likod. Kulay kape ito. Parang hirap ito na hinila ang mahabang katawan.

Sinikatan ito ng mainit na araw at hinipan ng malamig na hangin. Umigsi ang mahabang katawan. Bumuka, naging mga pakpak ang mga kulay kapeng bagay. Naragdagan pa ang pakpak na iyon at nag-iba-iba ng kulay. Naging magandang paruparo ang dating uod.

Mr. Shi帮他的邻居搬家①
S: Mr. Shi   W: Mr. Wu

S: Kung may kailangan kayo, huwag kayong mahihiyang magsabi.
W: Salamat, Mr. Shi. Mga anak ba ninyo ang naglalaro sa bakuran?
S: Oho. Iyong pinakamalaki ay si Marion. Siya ang panganay ko. Labintatlong taon na siya. Ang sumunod ay si Roxy. Walong taon na siya. Ang pinakamaliit ay si Tresh. Limang taong gulang siya.

---

① *Let's Converse in Filipino*, pp.26-27.

第十三课 地图与方向

Aralin 13 Ang Mapa at ang mga Direksyon

W: Pulos babae ba ang anak ninyo, Mr. Shi?

S: Oho. Ang tatlong iyan.

W: Suwerte raw ho pag tatlong sunud-sunod na babae o lalaki ang anak.

S: Kayo, may mga anak ba kayo?

W: Maniniwala ba kayo? Tatlong lalaki naman ang sa akin. Labinlimang taon ang panganay ko. Labing-apat na taon ang pangalawa, at labing-isang taon ang bunso.

S: Akala ko'y wala kayong mga anak dahil wala kaming nakitang mga bata nang maglipat kayo kahapon.

W: Pinagbakasyon namin sa probinsiya sa lolo at lola nila. Susunduin ko sila mamayang gabi.

S: Mabuti't nang bukas, magkakila-kilala tayong lahat. Sa amin kayo manananghali bukas. Ipinasasabi'yan ng maybahay ko.

W: Salamat, Mr. Shi. Sa isang linggo naman, hindi kami papayag na di kayo sa amin mananghalian.

第十四课 地形
Aralin 14　Ang Anyong Lupa

课文　Testo[①]

  Iba't ibang anyong lupa ang bumubuo sa Pilipinas. Tingnan ang mapang pang-heograpiya. Pag-aralan ang pananda sa isang sulok nito. Ang mga simbolong ito ay ayon sa mga anyong lupa na matatagpuan sa isang lugar.

---

① 选编自 *Pilipinas: Bayan ko 2*, pp.84-91.

Aralin 14 Ang Anyong Lupa

Ang mga panandang ginamit sa mapa ay ang iba't ibang anyong lupa na matatagpuan sa Pilipinas. Pag-aralang mabuti ang larawan at ang mga pangalan nito. Madaling maiintindihan at matatandaan ang ibig sabihin ng bawat anyong lupa sa pamamagitan ng mga pananda.

Bundok

Ang bundok ay mataas na anyong lupa. Ang pinakamataas na bundok sa Pilipinas ay ang Bundok Apo na matatagpuan sa Davao. Ito ay may taas na 10,311 talampakan. Sa Bundok matatagpuan ang iba't ibang uri ng mga hayop at halaman.

Kabilang din sa matataas na bundok ang Bundok Makiling sa Laguna, Bundok Banahaw sa Quezon, Bundok Arayat sa Pampanga at Bundok Halcon sa Mindoro. Ang mga ito ay kalimitang inaakyat ng mga kabataang mahilig sa pag-akyat sa bundok.

Burol

Ang burol ay anyong lupa na mas mababa kaysa bundok. Ang pinakamagandang pangkat ng mga burol ay ang *Chocolate Hills* na makikita sa Bohol.

Ito ay luntian kung tag-ulan at kulay tsokolate naman kung tag-init. Ang burol ay mainam na pastulan ng mga hayop, tulad ng kambing, baka, at iba pa. Maraming burol sa Pilipinas.

Tingnan ang mapa at humanap pa ng mga burol sa iba't ibang bahagi nito.

Kapatagan

Simula sa Look ng Maynila hanggang sa Golpo ng Pangasinan ay makikita ang kapatagan ng Gitnang Luzon. Ito ang pinakamalaking kapatagan sa buong bansa. Ang kapatagan ay isang mahaba at pantay na

anyong lupa na malayo sa mga bundok. Ito ay mainam na taniman ng mais, palay, tubo, tabako, gulay, at iba pang pananim.

Talampas

Ang Lungsod ng Baguio ay nasa isang talampas. Ang talampas ay patag na lugar na nasa ibabaw ng kabundukan. Tinaguriang *Summer Capital* ng Pilipinas ang Lungsod ng Baguio. Dito mainam mag-alaga ng hayop dahil sa malamig na klima at mga luntiang damo. Ang Tagaytay ay isa ring talampas. Tingnan muli ang mapa. Anu-anong bahagi ng Pilipinas ang maraming talampas?

Bulkan

Isang mataas na anyong lupa na may bunganga sa tuktok ang bulkan. Ang Bulkang Mayon sa Albay ang pinakakilala sa lahat dahil sa perpektong hugis apa nito. Ito ay nagbubuga ng apoy, abo at kumukulong putik kapag sumasabog. Buhay na bulkan ang tawag dito. Ang Bulkang Taal na nasa Batangas ang pinakamaliit na bulkan sa buong daigdig. May mga bulkan na napagkakamalang bundok lamang dahil sa wala namang usok o anumang bagay na lumalabas sa bunganga nito. Ang mga ito ay tinatawag na tahimik na bulkan. Itinuturing na bulkang tahimik ang Bundok Apo sa Davao.

Ang Bulkang Pinatubo na matatagpuan sa Zambales ay natulog nang 600 taon kaya't nagulat ang marami nang biglang sumabog noong 1992. Nagdulot ito ng malaking pinsala sa malaking bahagi ng Pampanga at iba pang katabing lalalwigan.

Ilan din sa mga kinikilalang bulkan ang Bulkang Iraya sa Batanes, Banahaw sa Quezon, Bulusan sa Sorsogon, Hibok-Hibok sa Camiguin Island, at Makaturing sa Lanao. Mapapansin na ang ilan sa mga nabanggit

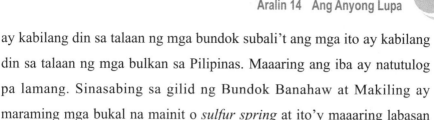

ay kabilang din sa talaan ng mga bundok subali't ang mga ito ay kabilang din sa talaan ng mga bulkan sa Pilipinas. Maaaring ang iba ay natutulog pa lamang. Sinasabing sa gilid ng Bundok Banahaw at Makiling ay maraming mga bukal na mainit o *sulfur spring* at ito'y maaaring labasan ng mga bagay na nanggagaling sa loob ng bulkan.

Alam mo ba na may natuklasang isang bulkan sa ilalim ng dagat? Ito ay mayroon ding perpektong hugis apa. Matatagpuan ito sa hangganan ng Saranggani Bay sa Mindanao.

Lambak

Nakarating ka na ba sa Lambak ng Cagayan? Ito ang pinakamahaba at pinakamalawak na lambak sa Pilipinas. Ang lambak ay isang patag na anyong lupa sa pagitan ng mga bundok. Sa Metro Manila, makikita rin ang Lambak ng Marikina.

Bulubundukin

Ito ang tawag sa magkakarugtong na bundok. Ang mga bulubundukin ng Sierra Madre, Caraballo, at Cordillera ay mga kilalang mga bulubundukin sa Pilipinas. Ang Sierra Madre ang pinakamahabang bulubundukin sa ating bansa.

Pulo

Isang anyong lupa na napalilibutan ng tubig ang pulo. Maraming magagandang pulo sa Pilipinas. Isa na rito ang pulo ng Boracay. Nangunguna ito sa pag-akit ng mga turista sa iba't ibang bansa. Ang Pilipinas ay binubuo ng mahigit 7 000 pulo. Dahil dito, ang Pilipinas ay tinatawag na isang kapuluan. Ang Luzon, Visayas, at Mindanao ang tatlong pangunahing kapuluan na bumubuo sa Pilipinas.

对话   Usapan[1]

Jamela的儿子Lito看到了天上的彩虹。

J: Jamela   L: Lito

L: Nanay, Nanay, tingnan ninyo! May bahaghari!

J: Ang ganda ng bahaghari, ano?

L: Maganda nga po. Ano nga po ang bahaghari?

J: Isang arko ng maniningning na mga kulay ang bahaghari.

L: Kailan po lumilitaw ang bahaghari?

J: Lumilitaw ang bahaghari pag sumikat ang araw pagkatapos umulan.

L: Saan po lumilitaw ang bahaghari?

J: Sa parte ng langit na katapat ng araw.

L: Ilan po ang kulay ng bahaghari?

J: Pito ang kulay ng bahaghari.

L: Anu-ano ang mga kulay ng bahaghari?

J: Lila o biyoleta, indigo o matingkad na lila-asul, asul, berde, dilaw, at pula ang mga kulay ng bahaghari.

L: Talagang maganda ang bahaghari, Nanay!

单词表   Talasalitaan

bumubuo   组成

pang-heograpiya   地理的，地形的 (En. geography)

maiintindihan   理解 (r.w. intindi)

---

[1] *Let's Converse in Filipino*, pp.71-72.

Aralin 14 Ang Anyong Lupa

matatandaan	记住 (r.w. tanda)
talampakan	英尺
kalimitan	经常的 (r.w. limit)
inaakyat	爬山，攀登 (r.w akyat)
kabataan	青年人 (r.w bata)
burol	小山丘
mas… kaysa…	比……更……
pangkat	部分，成分
luntian	绿色的
tag-ulan	雨季
tsokolate	巧克力 (En. chocolate)
tag-init	旱季，夏季
mainam	很好的 (r.w. inam)
pastulan	牧场 (r.w. pastol)
kambing	山羊
baka	牛
humanap	找 (r.w. hanap)
look	湾
hanggang sa	一直到……
golpo	港湾
kapatagan	平原 (r.w. patag)
pantay	平的，平等的
taniman	田地 (r.w. tanim)
mais	玉米
palay	水稻
tubo	甘蔗
tabako	烟草
gulay	蔬菜

talampas	高地，高原
tinagurian	被叫作…… (r.w. taguri)
mag-alaga	饲养，照顾 (r.w. alaga)
damo	草
bunganga	口
tuktok	顶点
bulkan	火山
perpekto	完美的 (En. perfect)
hugis	形状
apa	锥形
nagbubuga	喷发，爆发 (r.w buga)
apoy	火
abo	灰
kumukulo	沸腾的 (r.w. kulo)
putik	泥，泥浆
sumasabog	爆发 (r.w. sabog)
napagkakamalan	曲解，误解 (r.w. mali)
usok	烟
tahimik	安静的，休眠的
itinuturing	被称作…… (r.w. turing)
natulog	沉睡 (r.w. tulog)
nagulat	惊讶，震惊 (r.w. gulat)
bigla	突然
nagdulot	带来，导致 (r.w. dulot)
pinsala	伤害，损害
katabi	附近的，邻近的 (r.w. tabi)
nabanggit	提及，提到 (r.w. banggit)
kabilang sa	属于

第十四课 地形

Aralin 14 Ang Anyong Lupa

talaan	列表 (r.w. tala)
subali't	但是
gilid	边缘
nanggagaling sa	来自
lambak	山谷、盆地
pinakamalawak	最广阔的 (r.w. lawak)
bulubundukin	山脉 (r.w. bundok)
magkakarugtong	连绵的，相连的 (r.w. dugtong)
napalilibutan	被……环绕 (r.w. libot)
pulo	岛
pag-akit	吸引 (r.w. akit)
kapuluan	群岛 (r.w. pulo)
bahaghari	彩虹
lumitaw	出现 (r.w. litaw)

注释　Tala

课文注释

1. Madaling maiintindihan at matatandaan ang ibig sabihin ng bawat anyong lupa sa pamamagitan ng mga pananda.

    (1) maiintindihan词根为intindi，意思为理解，使用-an词缀则以动作的方向、受动者作为主语。

    例句：Naiintindihan mo ang ibig sabihin ko?
    你明白我想说什么了么？

    (2) ibig sabihin: 就是说，意思是
    这里ang mga ibig sabihin作名词短语使用，可以翻译为"意思"。

例句：Hindi ko alam ang ibig sabihin nito.

我不明白你想说什么。

2. Ito ay may taas na 10,311 talampakan.

may taas na: 有……高

例句：Ang tarsier ay may taas lamang na 90 hanggang 165 milimetro.

3. Ito ang tawag sa magkakarugtong na bundok.

magkakarugtong: 连接起来的，词根为dugtong，意为"附加物"。

例句：Magkakarugtong ang lahat ng bagay sa buhay natin.

4. Isang anyong lupa na napalilibutan ng tubig ang pulo.

napalilibutan ng: 被……环绕着，词根为"libot"

例句：Napapalibutan nila ako!

5. Tinaguriang *Summer Capital* ng Pilipinas ang Lungsod ng Baguio.

tinagurian的意思是被称作、所谓的，用法类似于tinatawag na。

例句：Ang mga ito ay tinatawag na tahimik na bulkan.

6. Ang ganda ng bahaghari, ano? 彩虹多漂亮啊，不是吗？

ang+r.w+ng表示感叹的意思。

例句：Ang ganda-ganda mo ngayon! 你今天真漂亮！

语法　Balarila

动词简介

正如在前面"陈述句的两种句式"中所介绍过的，菲律宾语中动词是一个句子中的意思核心与语法结构核心。菲律宾语的动词由词根和各种各样的词缀——包括前缀、中缀和后缀——共同构成，并且还可以根据具体时态进行相应的变化。不同的词缀使得动词可以具有不同的动作、动作对象、动作方向等含义，也使得相应的句

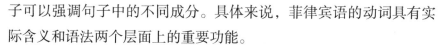

子可以强调句子中的不同成分。具体来说,菲律宾语的动词具有实际含义和语法两个层面上的重要功能。

一方面,动词有强烈的表意功能,动词的词根意思一般都较为简单,但是因为各种词缀都有特定的意思,所以在加上词缀之后就可以表示非常丰富的意思,而且富有形式上的变化,在句子中的主语、宾语、状语、定语已经确定的情况下,动词词根不变、词缀略作改变就可以构成新的动词,从而使得句子会有全新的含义。比如词根alis意思为"离开",使用主动词缀umalis就表示"走开、离去",使用另一个主动词缀mag-alis就表示"移走、拿走"了。另一方面,句子中的其他成分——主语、宾语、状语等之类,必须要根据动词的词缀来使用相应的主语标志、宾语标志,以及其他的状语标志等,一个句子的语法结构是由所使用的动词及其词缀所决定的,可以说句子中的各个成分是随动词变化而变化的。比如bigay常与两个被动词缀i-和-an分别构成ibigay和bigyan,都表示"被给"的意思,若使用i-词缀的形式,就应表述为:Ibinigay ko ang pera sa kanya,强调受动物"钱",可以表述为"我把钱给他";若使用-an词缀的形式,就应表述为:Binigyan ko siya ng pera,强调受动方向和对象"他",可以表述为"我给他钱"。所以,对于动词及其词缀的学习是菲律宾语学习中的重中之重,如果要造一个句子,首先要确定应该选择什么词缀来和词根构成动词、并做相应的时态变化;如果要理解一个句子,首先要找到动词以确定全句的语法关系。本章介绍动词时,也将按照上述的思路。

汉语中,在强调句子不同成分的时候,通常是运用语调的变换或使用使动句、被动句、强调句式等特殊句式并适当调整句子的语序来实现。

菲律宾语在表述句子时,是通过不同意义的词缀构成动词而表示对于句子中不同成分的强调的。注意:一、这里所说的对于句子不同成分的强调是指不管是否出于主观需要,句子选用不同动词词缀构成时，就自然表示了对于各成分的强调。二、菲律宾语句子所强调的不同成分通常包括了动作的施动者、受动者、动作的方向、动作的对象等，和我们通常意义理解上的主语、宾语、状语等大致相似，但略有差异。菲律宾语中句子的成分是单纯地从语法角度出发划分的，并使用ang、si、ng、ni、sa、para sa等主语标志、宾语标志或状语标志，而施动者、受动者等一组概念则是单纯从逻辑和语义的意义上来进行划分。

具体而言，菲律宾语的动词由词缀和词根辅以相应变化而联合构成的。单独的词根虽包含了动词的主体意义，但不能算作完整动词；单独的词缀只表述语法意义，必须和词根合在一起才能具有完整意义。动词词缀大致分为主动式和被动式两大类，各自具有独特的语法意义。这是按照施动者是否作为该词缀的动词所构成的句子的主语来划分的，凡是施动者作为主语的，即为主动式；非施动者作为主语的，即是被动式。注意，这两大类是习惯上的粗略划分，具体还须进一步细分。

主动式，即由施动者作主语：

1. um- 或 -um-

作为前缀或中缀，如kumain、uminom。是最常见的主动词缀之一，表示最一般的动作意义，在菲律宾语中占到了使用主动词缀的动词的多数。有时还强调动作是一次进行完毕的。

2. mag-

作为前缀，如mag-alis、maglinis。是最常见的主动词缀之一，表示最一般的动作意义，习惯上凡不属于um的都使用mag。有时还强调动作是连续而频繁的。

3. ma-

作为前缀，如magalit、mahiya。是主动词缀中用得不多的，通常仅限于表示情绪、感觉、感官方面的动作，强调动作本身，后面一般没有受动者，用于不及物动词。

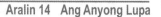

Aralin 14　Ang Anyong Lupa

4. maka-

作为前缀，如makabasa、makabili。是较为常见的主动词缀，通常表示"能够（做）……"。有时也表示某种动作主动完成的状态。

5. maki-

作为前缀，是被动词缀paki-的主动形式，表示"请求（做）……"，参见对于paki-的解释。

被动式词缀，即由受动者、动作对象、动作方向等做主语：

1. -in 或 -hin

作为后缀，如kainin、bilhin，是最常见的被动词缀之一，表示最一般的被动意义，由受动物或动作对象做主语。

2. ma-

作为前缀，如makita、marinig，表示一般的被动意义，由受动物做主语，用于及物动词。

3. i-

作为前缀，如ibili、ihabi，表示"为（某人）（做）……"，由动作的受益人、受动人、动作的对象等做主语，强调动作的目的和受益者。

4. paki-

作为前缀，如pakikuha、pakidala，表示"请求（做）……"，由受动物做主语。

5. -an 或 -han

作为后缀，如lagyan、bigyan，由动作方向或动作的发生地点做主语，即句中的地点状语或方位状语部分做主语，强调动作发生的地点和方位。

6. pa-in

作为前后缀，如pa-in，由动作发生所采取的方式或工具等做主语，即一般句子中的方式状语做主语。

7. ika-

作为前缀，如ikagalak，由动作指向的原因做主语，即导致动作发生的原因状语做主语。

菲律宾语的词缀非常丰富，而且存在着各种词缀的变异和组合，这将在我们以后的学习中有所涉及。这里列述的只是最为常用和常见的一些。在最一般的使用规则上，菲律宾人大多使用被动式的词缀，主动词缀通常只是在表达较为简单的意思时才有所使用，而且并不是所有主动式的句子就一定可以转写为被动式句子，反之亦然。它们各自有不同的使用领域，并遵循不用的使用习惯。这也是菲律宾语的难点之一，需要长时间学习的积累。

练习　Pangkasanayan

1. 用正确的动词形式填空。

(Dating)　(1) _____ na ang musiko ngayon.

(Tugtog)　(2) _____ sila ng magagandang awit maya-maya.

(Baba)　(3) _____ sila sa bus kaninang umaga.

(Upo)　(4) _____ ang mga bata ngayon.

(Hintay)　(5) _____ nila ang mga musikero ngayon.

(Kinig)　(6) _____ sila sa tugtugan mamayang hapon.

(Kain)　(7) _____ si Rosa kaninang tanghali.

(Punta)　(8) _____ siya sa poblasyon kaninang tanghali.

(Nood)　(9) _____ siya ng palaro maya-mayang hapon.

(Kain)　(10) _____ siya ng kropek maya-maya.

2. 用动词的正确时态填空。

(1) Ikaw ba ay _____ ng Bundok Makiling? (dating)

(2) _____ ang tatay at nanay ko doon taun-taon. (punta)

第十四课 地形

Aralin 14 Ang Anyong Lupa

(3) Noong isang taon, _____ nila iyong "National Art Center" doon. (kita)

(4) _____ ang mga magagaling sa Musika sa National Art Center. (aral)

(5) Si Cecile Licad ay _____ isang magaling na piyanistang Pilipino. (maging)

3. 用所给单词的过去时态填空。

   (1) _____ na ako sa krus sa Bundok Samat. (akyat)
   (2) _____ namin ang magandang "Manila Bay." (kita)
   (3) _____ kami sa "Corregidor" sa Abril. (dalaw)
   (4) _____ kami sa "Malinta Tunnel." (pasok)
   (5) _____ din ninyo ang mga lugar na ito balang araw. (punta)

4. 用所给单词的将来时态填空。

   (1) _____ natin ang "United Nations Week" sa isang Linggo. (diwang)
   (2) _____ ka na ba sa Hong Kong? (punta)
   (3) _____ tayo ng iba't ibang uri ng bandila sa mga pasuguan. (hingi)
   (4) Ang "pasuguan" ng bayang "Denmark" ay maraming _____ na bandila. (bigay)
   (5) _____ rin tayo ng mga bandilang "Australia" sa Australian Embassy. (kuha)

5. 写出下列单词加上 –um– 词缀的过去式、现在式和将来式。

   langoy   lumangoy   lumalangoy   lalangoy
   lakad
   sakay
   basa

sulat

sukat

sabi

sagot

tanong

tulong

tanim

hukay

dilig

bunot

hugas

tali

6. 将下列句子改成现在时态。

    (1) Naglakbay sina Ramos at Palisoc.

    (2) Pupunta sila sa Tsina.

    (3) Bumili sila ng mga babasahin.

    (4) Makikita nila ang "Great Wall of China."

    (5) Kinunan nila ang larawan nito.

7. 将下列句子改成将来时态。

    (1) Dumating ang mga panauhin.

    (2) Sumakay sila sa kotse.

    (3) Nagdala sila ng pasalubong.

    (4) Nagmano sila sa lolo at lola.

    (5) Nagpahinga sila sa loob ng bahay.

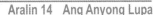

Aralin 14　Ang Anyong Lupa

8. 口语练习。

(1) Kung ikaw ang papipiliin, anong anyong-lupa ang gusto mong pagtayuan ng bahay? Bakit?

(2) Ano ang pinakagusto mong kulay? Bakit? Maliban sa mga nabanggit na kulay sa testo, ano pang kulay ang alam mo?

阅读　Pagbabasa

Mga Uri ng Orasan[①]

Sa mga natuklasan ng tao na nagagamit niya sa araw-araw, ang orasan ang isa sa pinakasimple ngunit pinakamahalaga pagkat malalaman sa tingin lamang sa mukha nito ang oras na itinuturo ng mga kamay.

Hindi lamang nagpapakita ng oras ang ibang mga orasan kundi inihuhudyat pa ang oras. Pag nakaturo ang mahabang kamay sa bilang labindalawa at nakaturo ang maikling kamay sa bilang isa, isang maliit na martilyo sa dakong likod ng orasan ang pumapalo sa isang kampanang nasa dakong itaas naman ng orasan. Ito ang nagsasabi kung ala-una na nang hindi na kailangan pang tumingin sa orasan. Sa ibang orasan, tuwing ikalabinlimang minuto naman ang hudyat. Tumutugtog ang iba pagkaraan ng bawat oras.

Maaaring makagawa ng mga kahanga-hangang bagay ang mga orasan at relong pangkamay. Nakapagsasabi ng oras ang ibang relo kahit sa dilim. Kailangan lamang pindutin ang isang maliit na pindutan at isang munting kuliling ang maghuhudyat ng oras. May relo ring pang-alarma sa oras na itinakda para sa pag-alarma nito. Hindi ba kahanga-hanga ang

---

① *Alpabeto ng Balarila* 4, pp.309-310.

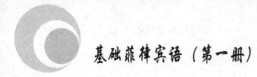

mga orasang ito?

Wilson与Melvin正在讨论季节问题[1]

W: Wilson   M: Melvin

W: Taglagas na. Naninilaw na ang mga dahon. Ang gandang tingnan ng mga puno pag namumula na o naninilaw ang mga dahon. Akala mo, nag-aapoy ang mga puno.

M: Pagkatapos ng taglagas, papasok na ang taglamig. Sabik na akong makita ang unang pag-ulan ng niyebe. Maganda ring tingnan ang paligid pag puting-puti.

W: At makakapag-skiing o skating sa yelo at makakapag-toboggan na naman tayo.

M: At hindi tayo maiinip; ang mga punong parang patay, bigla na lang magkakadahon. Mamumulaklak ang mga halaman. Magiging makulay ang paligid pagtagsibol na. Maulan pag tagsibol, pero hindi bale, kailangan ng mga halaman ang ulan.

W: Pag tag-araw naman, laging maganda ang panahon. Masasaya't masisigla ang mga tao.

M: Parang himala ang walang tigil na pag-iiba-iba ng panahon.

---

[1] *Let's Converse in Filipino*, pp.101-102.

第十五课 榴莲的传说
Aralin 15　Ang Alamat ng Durian[1]

课文　Testo

Noong unang panahon, sa isang kaharian sa Maguindanaw may makapangyarihan at matalinong sultan. Siya ay si Sultan Hassa. Iginagalang at minamahal siya ng lahat dahil sa kanyang kabaitan. Ngunit siya ay malungkot, kasi hindi sila magkaanak ng asawa niyang si Dayang Lila. Lagi silang nagdarasal sa harap ng larawan ni Allah.

Sa wakas, tinugon ang kanilang panalangin. Nag-anak sila ng isang sanggol na babae. Ngunit pagkaitim-itim at pagkapangit-pangit. Gayumpaman, minahal din nila nang labis ang bata. Duri ang naging pangalan niya. Balita sa buong kaharian ang kapangitan ni Duri kaya walang magkagusto sa kanya. Kung maitim at pangit si Duri, napakabait naman niya kaya mahal siya ng lahat. Lagi siyang tumutulong sa mga nangangailangan.

At may dumating na tagtuyot sa buong kaharian. Natuyo ang mga lawa at ilog. Namatay ang mga hayop at mga halaman. Nagutom ang mga tao sa buong kaharian.

---

[1] 原文出自：Erico Habihan, Lino Lagahit, Luz Jaban ed., *Filipino ang Aking Wika, Grade 4*, Manila: National Bookstore Inc., 1995, pp. 137-138.

基础菲律宾语（第一册）

Sa panahon ng paghihirap ng mga tao, si Prinsesa Duri ay nagtungo sa paligid-ligid ng kaharian. Binibigyan niya ng mga pagkain at mga damit ang mga tao. Dahil sa hindi sanay sa mahirap na gawain, nagkasakit ang prinsesa. Ipinatawag ng Sultan ang pinakamagaling na doktor ngunit walang nangyari. Lahat ay lumuha nang siya ay ilibing sa isang burol na malapit sa palasyo.

Pagkaraan ng ilang araw, isang puno ang tumubo sa libingan ni Prinsesa Duri. Napakasama ng amoy ng bunga ng puno, kaya walang lumalapit.

Dumating na muli ang tagtuyot. Muling nagkagutom ang mga tao. Nagunita nila ang kabutihan ni Prinsesa Duri. Sa gutom ng mga tao, kahit masama ang amoy ng bunga ng puno, kinain nila ang mga ito，

"Ang sarap! Matamis pala." Sabi ng mga tao.

Nagpunta ang Sultan sa libingan ni Prinsesa Duri nang mabalitaan niya ang nangyari. Nadatnan niyang sarap na sarap sa pagkain ang mga tao. Simula noon ang nasabing bunga ay tinawag ng mga tao ng Durian.

单词表　Talasalitaan

alamat	传说
durian	榴莲
noong unang panahon	很久以前
kaharian	王国
Maguindanaw	马巾达瑙（地名）
makapangyarihan	有权力的、有权威的
sultan	苏丹
iginagalang	尊敬、崇敬、敬畏
kabaitan	友好、善良

第十五课　榴莲的传说

Aralin 15　Ang Alamat ng Durian

ngunit	但是
malungkot	难过、伤心
kasi	因为
magkaanak	生孩子，有孩子
lagi	总是
nagdarasal	祈祷
sa wakas	最后、终于
tinugon	回答，回应
panalangin	祈祷
nanganak	生（孩子）
sanggol	婴儿、孩子
pagkaitim-itim	很黑的
pagkapangit-pangit	很丑
gayumpaman	但是，不过，然而
labis	深深地、非常地
bata	小孩
balita	新闻、消息
buo	整个
kapangitan	丑陋
kaya	因此
napakabait	非常友好的、非常善良的
nangangailangan	有需要（的人）
tagtuyot	旱季
natuyo	干涸
lawa	湖
ilog	河
namatay	死
hayop	动物

基础菲律宾语（第一册）

halaman	植物
nagkagutom	挨饿
nagtungo	奔赴
prinsesa	公主
sa paligid-ligid	到处、周边
damit	衣服
sanay	适应、熟练
nagkasakit	生病
ipinatawag	叫做
nangyari	发生
lumuha	哭、掉眼泪
ilibing	埋葬
burol	小山丘
malapit	近的
palasyo	宫殿
pagkaroon	过去了，拥有
puno	树
tumubo	生长
libingan	坟墓
napakasama	非常不好
amoy	气味
muli	再一次
nagunita	记住
kabutihan	好
bunga	果实
sarap	美味
matamis	甜
pala	语气词，表示感叹、惊叹

第十五课　榴莲的传说
Aralin 15　Ang Alamat ng Durian

mabalitaan	得知……的消息
simula	开始

注释　Tala

1. noong unang panahon 是最为常见的表示很久以前的说法。该课出现的表示时间的说法还有：sa wakas 终于、最后；lagi 总是、通常；sa panahon ng... 在……的时候；pagkaroon ng ilang araw 几天过去了。

2. Maguindanaw又作Maguindanao，是菲律宾南部棉兰老岛中部的穆斯林少数民族，是历史上菲律宾穆斯林中最为强大的，于13—14世纪接受从马来群岛传入的伊斯兰教的影响，曾建立过强大的苏丹国，一直反抗西班牙人的殖民侵略。

3. 菲律宾语中常会使用动词或形容词作名词，指的是发生这种动作或拥有这种形容词属性的人。比如文中的nangangailangan有需要的人。

4. 在词根的后面添加后缀-an是词根变化成表达地点等意思的名词的一种常见方法。Durian意义直译即为"生长Duri的地方"。-an如果用于构成动词，通常是表示动作所到达对象的被动意义，如mabalitaan（被）得知、听说；binibigyan（被）给予。详见以后动词词缀的用法。

语法　Balarila

名词代词作为间接宾语

菲律宾语中非直接宾语由名词或代词充当，表示动作的对象或目标。非直接宾语由介词sa和para sa；kay和para kay引导。代词非直接宾语通常用代词所有格形式：akin，amin，atin，iyo，inyo等。Sa 和para sa引导名词和代词宾语；kay和para kay引导人名。

复数形式时由sa mga, para sa mga; kina, para kina引导。

代词作为非直接宾语

1. Bumili siya ng aklat para sa akin.

    他给我买书。

2. Ito ay alaala ko para sa iyo.

    这是我给你的礼物。

3. Magbayad kayo sa kanya ng utang.

    你还他钱。

4. Iyan ay para sa kanila.

    那是给他们的。

5. Bumasa siya sa akin ng isang kuwento.

    他给我念了一个故事。

名词作为非直接宾语

1. Bumili siya ng aklat para sa aking ina.

    他给我妈买书。

2. Ito ay alaala ko para sa iyong kapatid na babae.

    这是我给你姐（妹）的礼物。

3. Dinala ko ang aklat sa guro.

    我把书带给老师。

4. Sumulat ako ng kuwento para sa mga bata.

    我给孩子们写了个故事。

5. Binasa niya ang pahayagan sa kanyang ama.

    他给父亲读报纸。

人名作为非直接宾语

kay和para kay（单数），kina和para kina（复数）来引导人名。
口语中允许sa kay和para sa kay；kina 和para sa kina一起使用。

第十五课　榴莲的传说
Aralin 15　Ang Alamat ng Durian

1. Sumulat siya kay Bob kahapon.
   他昨天给鲍勃写信。
2. Ito ay alaala ko kay Helen.
   这是我给海伦的礼物。
3. Magbayad kayo kina G. at Gng. Smith.
   你（您）们付给史密斯夫妇钱。
4. Bumasa siya kina Peter at Johny.
   他读给彼得和强尼听。

练习　Pangkasanayan[①]

1. 用连词填空并翻译。

   (1) Nagpunta kami sa dagat _____ nadapa ako.

   (2) Umakyat sina Noli at Mikki sa bundok _____ napagod sila.

   (3) Nag-aral sina Josie at Linda nang mabuti _____ hindi rin sila nakapasa.

   (4) Maraming magagandang simbahan sa Ilocos _____ luma na ang mga ito.

   (5) Binabagyo ang Pilipinas taun-taon _____ nasisira ang mga pananim.

2. 回答问题。

   例句：Paano mag-aral si Efren?
   　　　Masipag mag-aral si Efren.

---

① Leonida C. Plama, *Sining ng Komunicasyon 3: Balarila Pangmababang Paaralan*, Manila: National Book Store Inc., 1978, pp. 76-81.

(1) Paano magluto ang iyong nanay?

(2) Paano kumanta ang iyong ate?

(3) Paano humihip ang hangin kapag may bagyo?

(4) Paano lumipad ang saranggola?

(5) Paano kumain ang baboy?

(6) Paano humuni ang ibon?

(7) Paano umiyak ang sanggol?

(8) Paano tumulo ang tubig sa gripo?

(9) Paano umandar ang makina?

(10) Paano sumikat ang araw?

3. 选择正确的单词填空。

(1) Naghahabulan ang mga _____. (bulaklak, kahon, aso)

(2) Nanonood ang mga _____. (halaman, bata, mesa)

(3) Umiiyak ang mga _____. (kulig, baro, lapis)

(4) Umuupo na ang mga _____. (trak, biik, gulay)

(5) Kakain _____. (si, ang mga ito, sina)

(6) Lalakad ang _____. (mesa, bus, lapis)

(7) Hihinto ang _____. (dagat, trak, bukid)

(8) Lalamig ang _____. (aklat, tubig, papel)

(9) Kukulo ang _____. (pagkain, baro, prutas)

(10) Magpapahinga _____. (kami, sina, ako)

第十五课 榴莲的传说
Aralin 15 Ang Alamat ng Durian

4. 选词连线造句并翻译。

HANAY A	HANAY B
A. Tumatahol ang mga	a. guro
B. Tumatakbo ang	b. aso
C. Nagsasayaw ang	c. doktor
D. Nagtuturo ang	d. kabayo
E. Gumagamot ang	e. Bata

5. 请选出以下有动词受动者的句子。

(1) Sumisikat ang araw.

(2) Bumubuka ang mga bulaklak.

(3) Dinidilig ang mga ito ng Tiya Pepang tuwing umaga.

(4) Umuulan tuwing hapon.

(5) Magdadala ng payong ang ate ko.

(6) Manonood sila ng Santakrusan.

(7) Nakaupo sina Popoy, Jikko, Alvin at Marc sa tabi ng bakod.

(8) Darating na si Mang Aryo.

(9) Pupunta sila sa laruan.

(10) Magbobola siya.

6. 请在有受动者的句子后画(√)，在没有受动者的句子后面画(×)。

(1) Manood tayo ng parada.

(2) Tungkol sa ano ang paradang iyon?

(3) Ipinagdiriwang ng lahat ng mag-aaral ang "Linggo ng Wika."

(4) Anu-ano ang makikita natin sa parada?

(5) Magsusuot ng kasuotang "Igorot" sina Bobby, Mars at Marc.

(6) Sasakay sa karosa sina Betty at Lucy.

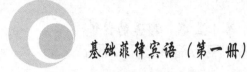

(7) Magbibihis sila ng suot dalagang-bukid.

(8) Ano ang gagawin nina Gino at Del?

(9) Magsasayaw sila.

(10) "Singkil" ang sasayawin nila.

7. 填空。

(1) _____ nga si Tom Cruize pero mayaman naman.

(2) Pangit nga siya pero _____ naman.

(3) _____ nga si Jose pero madamot naman.

(4) _____ nga siya pero salbahe naman.

(5) Matalino nga si Bill Clinton pero _____ naman.

8. May 句型填空。

(1) May isang lumang bahay si Ben.

(2) May _____ _____ kotse sina Mila at Lito.

(3) May _____ _____ at isang _____ anak si Ate Rhoda.

(4) May _____ bahay sa Washington D.C.

(5) May _____ _____ at _____ _____ estudyante sa klaseng Filipino.

阅读   Pagbabasa

Ang Alamat ng Rosas na May Tinik sa Tangkay[1]

May isang magandang dalagang nagngangalang Rosa noong araw

---

[1] *Ang Alamat ng Rosas na May Tinik ang Tangkay*, p.266-267, Alpabeto ng Balarila 6.

Aralin 15 Ang Alamat ng Durian

na balita sa kagandahan, kayumian, at kabaitan. Maraming binatang nangangayupapa sa kanyang kagandahan. Ngunit hindi niya mapusuan ng isa sa mga ito.

"Hindi ako mag-aasawa. Ang ibig ko'y iukol ang aking buhay sa paglilingkod kay Bathala, sa pagtulong sa mga nangangailangan ng aking tulong."

Kung saang tahanan may maysakit, kung saan may nagdurusa, kung saan may nangailangan ng kalinga, naroon si Rosa, laging dumaramay.

Ngunit si Cristobal, isang mahigpit niyang mangingibig, ay di makapayag na di mapasakanya ang dalaga. Labis ang pagkagusto niya rito. Isang gabing nagpapahangin ang dalaga sa hardin ay tinangka siyang gawan ng masama ni Cristobal.

"Sa ayaw at sa gusto mo, magiging akin ka!" ang wika nito.

Ngunit nanalangin kay Bathala si Rosa. "Huwag po ninyong bayaan na ang inialay sa inyong buhay ay dungisan ng lalaking ito," taimtim na bulong ni Rosa. Noon di'y nalungayngay siya't naging isang bangkay.

Sa takot ni Cristobal, ibinaon niya ang dalaga sa bakuran nito at saka siya lumayo sa pook na iyon upang di na magbalik kailan man.

Hindi na nakita ng mga tagaroon si Rosa. Sa halip, sa bakuran nito ay may isang halamang tumubo, na may bulaklak na kulay rosas at may mga tinik ang tangkay.

参考文献

Amado E. Borbon, *Pilipinas: Bayan Ko 4*, Makati: The Bookmark, Inc., 2004.

Apolonio C. Navarro, Jr., *Sining ng Komunicasyon 4*, Manila: National Bookstore Inc., 1978.

Clifford P. Esteban, *Pilipinas: Bayan Ko 5*, Makati: The Bookmark, Inc., 2004.

Ethel H. Estrella, *Pilipinas: Bayan Ko 1*, Makati: The Bookmark, Inc., 2004.

Galileo S. Zafra, *Gabay sa Editing sa Wikang Filipino*, Quezon: Unibersidad ng Pilipinas, 2004.

Laura V. Ocampo, *Pilipinas: Bayan Ko 2*, Makati: The Bookmark, Inc., 2004.

Leonida C. Plama, *Sining ng Komunicasyon 3: Balarila Pangmababang Paaralan*, Manila: National Book Store Inc., 1978.

Ligaya C. Buenaventura, *Alpabeto ng Balarila 4*, Quezon: Phoenix Publishing House, Inc., 1998.

Ligaya C. Buenaventura, *Makabagong Aralin sa Balarila 4*, Quezon: Phoenix Publishing House, Inc., 1984.

Ligaya C. Buenaventura, *Let's Converse in Filipino*, Quezon: Phoenix Publishing House, Inc., 1991.

Ligaya C. Buenaventura at Policarpio B. Peregrino, *Alpabeto ng Balarila 6*, Quezon: Phoenix Publishing House, Inc., 1994.

Ligaya C. Buenaventura at Policarpio B. Peregrino, *Alpabeto ng Balarila 3*, Quezon: Phoenix Publishing House, Inc., 1996.

Paraluman S. Aspillera, *Basic Tagalog for Foreigners and Non-Tagalogs*, Singapore: Tuttle Publishing, 2007.

Ronald E. Dolan, ed*., Philippines: a country study*, Washington, D.C.: Federal Research Division, Library of Congress, 1993.

Ronan B. Capinding, *Ikaw at ang Kawili-wiling Wika*, Quezon: Kagawaran ng Filipino, Mataas na Paaralang Ateneo, 2002.

Ruben M. Milambiling, *Pilipinas: Bayan Ko 3*, Makati: The Bookmark, Inc., 2004.

Teresita V. Ramos at Resty M. Cena, *Modern Tagalog*, Honolulu: University of Hawaii Press, 1990.

〔菲律宾〕格雷戈里奥·F. 赛义德著，吴世昌译，《菲律宾共和国——历史、政治与文明》，北京：商务印书馆，1979年。

黄琛芳主编：《印度尼西亚语基础教程》第一册，北京：北京大学出版社，1990年。

后记

北京大学菲律宾语专业，在最初的教学活动中，主要依靠来自菲律宾师范大学和菲律宾雅典耀大学的外籍教师所带来的讲义和教材开展课堂教学活动。随着中国社会对于菲律宾越来越关注，与菲律宾的交流不断深入，对于适合中国学习者教材的需求与日俱增。2001年，菲律宾语教研室就将教材编写工作列为专业建设的主要内容，并开始收集、积累编写教材所需的资料。2003年，《菲律宾语300句》出版，一方面是作为口语的实用性教材，另一方面是作为教材编写工作的阶段性成果。此后，菲律宾语基础教材编撰工作就在一边编写、一边实践的模式下展开，2006年完成了第一册的初稿，并运用于教学实践，2007年完成了第二册、第三册的初稿，并运用于教学实践。在教学实践中不断修改、补充，最终完成了现在与广大读者见面的系列教材。

教材的编写工作，离不开语言资料的积累。本教材的语言资料主要来自外教的自编讲义、Basic Tagalog for Foreigners and Non-Tagalogs、Ang Bayan Ko、Let's converse in Filipino、网络语言资料等诸多方面，有的语言资料是在整理教研室资料的时候发现的，有的资料是在留学、访学的过程中从报纸、期刊中找到的，甚至是在与当地人的交流中得到的。由于语言是随着社会在不断发生变化的，课文中一些语言材料所涉及的社会背景也在发生变化，例如菲律宾货币购买力的变化，课文在使用这些语言材料的过程中，保留了原文的表达方式。

在教材的编写过程中，得到了菲律宾语专业外教Florentino

后 记

Hornedo、Nenita Escasa、Jenneth Candor、Marco Lopez、Joseph Salazar、Ariel Diccion等老师的大力支持。他们的教学材料和教学实践，都使本教材的编写受益良多。1998级的本科生参与了一部分基础材料的整理工作，2002级之后的历届本科生都参与了教材的教学实践，并对教材提出了改进意见。还有关心和支持菲律宾语专业发展的人士、校友也对教材的编写提供了帮助，在此一并致以衷心的感谢。

本教材的编写历程，实际上就是菲律宾语专业最初的发展历程。教材的出版，只是菲律宾语教学工作的一个阶段成果。菲律宾语的教学活动和教学探索，将在此基础上，继续前进。

编者

2017年4月于燕园